समेत कसे बोलावे

श्याम भुर्के

मेहता पब्लिशिंग हाऊस

© +91 020-24476924 / 24460313

Email : info@mehtapublishinghouse.com
          production@mehtapublishinghouse.com
          sales@mehtapublishinghouse.com
Website : www.mehtapublishinghouse.com

◆ या पुस्तकातील लेखकाची मते, घटना, वर्णने ही त्या लेखकाची असून त्याच्याशी प्रकाशक सहमत असतीलच असे नाही.

SABHET KASE BOLAVE by SHYAM BHURKE

सभेत कसे बोलावे : श्याम भुर्के / मार्गदर्शनपर

© श्याम भुर्के

२०४, गंगातारा अपार्टमेंट, ९१७/७, गणेशवाडी, एफ. सी. रोड,
पुणे – ४११००४. © ९४२२०३३५०० E-mail - shyam@izeltech.com

प्रकाशक   : सुनील अनिल मेहता, मेहता पब्लिशिंग हाऊस,
              १९४१, सदाशिव पेठ, माडीवाले कॉलनी, पुणे – ४११०३०.

मुखपृष्ठ   : बाबू उडुपी

प्रकाशनकाल : फेब्रुवारी, १९८८ / फेब्रुवारी, १९९४ / जानेवारी, १९९७ /
              जुलै, १९९८ / जुलै, २००० / जुलै, २००२ / जानेवारी, २००५ /
              डिसेंबर, २००६ / ऑगस्ट, २००८ / जानेवारी, २०१० /
              ऑक्टोबर, २०११ / मार्च, २०१३ / मार्च, २०१५ /
              पुनर्मुद्रण : जुलै, २०१८

P Book ISBN 9788177663266
E Book ISBN 9788171618033
E Books available on : play.google.com/store/books
                        www.amazon.in

धीराचे शब्द

चांगला वक्ता व्हावं, असं कोणाला नाही वाटत? प्रत्येकाच्या मनात अशी सुप्त इच्छा असते की, आपण एक प्रभावी वक्ता म्हणून नावारूपाला यावं. आपल्याला प्रमुख पाहुणा म्हणून बोलावण्यात आलं आहे. आपण व्यासपीठावर विराजमान झालेलो आहोत. आपला सुरेखपैकी परिचय करून दिलेला आहे. स्वागत म्हणून आपणास सुवासिक फुलांचा गुच्छ भेट दिला. तो घेताना आपल्या सुहास्य वदनाची प्रतिमा छायाचित्रकारानं टिपली आहे. त्या वेळी क्षणाचा आलेला प्रकाशझोत बराच काळ सुखविणारा आहे. तदनंतर सूत्रसंचालकानं 'ज्यांच्या व्याख्यानाची आपण आतुरतेनं वाट पाहत आहात, ते श्रीमान... आता आपणास मार्गदर्शन करतील,' अशी सुहास्य घोषणा केली आहे. आपण आत्मविश्वासपूर्वक उभे राहिला आहात. खणखणीत आवाजात सुरुवात करून श्रोत्यांना काबीज केलं आहे. आपल्या विचारांनी श्रोते प्रभावित झाले आहेत. समर्पक उदाहरणांना टाळ्यांचा प्रतिसाद मिळत आहे. त्यामुळे आपण अधिकच प्रोत्साहित झाला आहात. आपलं व्याख्यान संपताच पुन्हा एकदा टाळ्यांचा कडकडाट झाला आहे. दुसऱ्या दिवशी वृत्तपत्रात तुमचे छायाचित्र आले आहे. त्यावर अभिनंदनाचे फोन येताहेत.

हे सारं वर्णन किती सुखद आहे! ही कल्पना किती आनंददायी आहे! परंतु ही कल्पना म्हणजे कल्पनेतले मनोरे नव्हेत. भाषणाची भीती वाटणं अगदी साहजिक आहे; पण ही भीती कमी करायला लावणारं हे पुस्तक आहे. हे पुस्तक म्हणजे केवळ शब्दप्रपंच नाही, तर लेखकानं स्वानुभवातून दाखविलेला मार्ग आहे.

मी हजारो व्याख्यानं ऐकली. दूरदर्शनवर एक कार्यक्रम आहे आणि त्याच वेळी गावात एक व्याख्यान आहे. काय करावं, असा विचार मनात येताच मी व्याख्यानाला जाण्याचा निर्णय केला. दूरदर्शनवरील चित्राला खोली नाही. वक्त्याला प्रत्यक्ष ऐकताना व पाहताना ते लांबी, रुंदी आणि खोलीचं असं त्रिमितीचं चित्र दिसतं, ते अधिक प्रभावी असतं. चिरकाल स्मरणात राहणारं असतं. अशा भाषणाला जाताना मनात विचार येतो, 'ते व्याख्यान चांगलं असेल का?' कसंही असू दे, सुरुवातीला अभ्यास म्हणून जायचंच. चांगलं असेल, तर चांगलं का झालं, याची नोंद घ्यायची.

कंटाळवाणं झालं, तर ते तसं का झालं, याचा शोध घ्यायचा. त्यापासून योग्य तो बोध घ्यायचा.

सातारा इथं आचार्य अत्रे, क्रांतिसिंह नाना पाटील, प्राचार्य शिवाजीराव भोसले अशा नामवंत वक्त्यांची भाषणं ऐकल्यानंच माझ्याही मनात 'आपणही वक्ता व्हावं' अशी इच्छा निर्माण झाली. सुरुवातीला खूपच भीती वाटली. ती कशी कमी करायची, हे या पुस्तकात सांगितलंय. एकदा भीती मोडल्यावर मग चांगलाच जम बसला.

आत्तापर्यंत मी सुमारे दोन हजारवर व्याख्यानं दिली. बँकेतील नोकरी असल्यानं विविध बँकांमधून बँकिंग विषयावर व्याख्यानं दिली. व्यवस्थापन या विषयाचा अभ्यास असल्यानं त्या विषयातील व्यक्तिमत्त्व विकास या संबंधानं अनेक संस्थांतून व्याख्यानं झाली. लायन्स क्लबमध्ये 'नेतृत्व विकास' या विभागातला पदाधिकारी झाल्यावर पुणे, सावंतवाडी, चिपळूण, मालवण, रत्नागिरी, कुडाळ अशा गावांतून व्याख्यानांसाठी दौरा केला. साहित्याची आवड असल्यानं सुमारे ऐंशी गावांतून 'विनोद : एक आख्यान', 'स्त्री-आत्मचरित्रांची लाट', 'समाजसुधारणेची नवी दिशा', 'युवकांपुढील आव्हानं', 'यशस्वी जीवनाची वाटचाल' अशा अनेक विषयांवर भाषणं दिली.

सुप्रसिद्ध साहित्यिक द. मा. मिरासदार यांच्या अध्यक्षतेखाली आळंदी येथील अ. भा. मराठी साहित्य संमेलनात 'आजचे विनोदी साहित्य खरोखरीच विनोदी आहे काय' या विषयावर परिसंवाद झाला. त्यामध्येही मला वक्ता म्हणून पाचारण करण्यात आलं होतं. प्रशस्त व्यासपीठ होतं. समोर वीसएक हजारांचा श्रोतृवृंद होता. व्याख्यानास श्रोत्यांकडून सुरेख दाद मिळाली. भाषण संपल्यावर मुलांनी सह्या घेण्यासाठी गराडा घातला.

ही यशोगाथा सांगायचं कारण, की तुमच्यामध्येही अशीच वक्ता होण्याची क्षमता आहे. तुम्ही फक्त हे पुस्तक मनापासून वाचा. तुम्ही वक्ता होणारच, याची मी खातरी देतो.

'सभेत कसे बोलावे' या विषयाइतकाच 'सभेत कसे बोलू नये' हा विषयही महत्त्वाचा आहे. त्यातील बारकावेही या पुस्तकात मांडलेले आहेत. व्याख्यानाच्या वेळी काय करू नये, हे जरी आपण ध्यानात घेतलंत, तरी चांगल्या व्याख्यानासाठी लागणारे बरेच गुण आपण अंगीकारलेत, असं होईल.

वक्त्याला भीतीपोटी काहीतरी पकडावं वाटत असतं. तो टेबलाजवळच्या सर्व वस्तूंशी चाळा सुरू करतो. टेबल-क्लॉथ, पेपरवेट, गुच्छ, इ. इ. या वक्ता नामक प्राण्यानं आत्तापर्यंत व्याख्यानाच्या वेळी फक्त एकाच गोष्टीला हात लावलेला नाही, तो म्हणजे सभास्थानी व्यासपीठावर विराजमान झालेले अध्यक्ष! त्यांना सोडून बाकी

सर्व वस्तू त्यानं हाताळल्या आहेत. अशा प्रकारानं व्याख्यानाचा दर्जा खालावतो. 'सभेत बोलावं' असं ज्याला वाटतं, त्याला धीर देण्याचं सामर्थ्य या पुस्तकात आहे. जो आधीपासूनच सभा गाजवतो आहे, त्याचं व्याख्यान अधिक प्रगत करण्याचा मार्ग इथं दाखविला आहे. ज्याला 'भाषण' हा प्रकार आपल्यासाठी नाही; ते फारच भीतिदायक व अवघड आहे, असं वाटतं, त्याला 'आता आपणही बोलून पाहायला हरकत नाही,' असं वाटायला लावणारं हे पुस्तक आहे.

यापेक्षाही एक गुण यात आहे. विषयाबरोबरच साहित्य, मनोरंजन हा भागही यात आल्यामुळे सर्वसामान्य वाचकांनाही एक साहित्यकृती वाचल्याचा आनंद मिळेल.

या पुस्तकाचं वैशिष्ट्य हे, की ते वाचल्यावर वाचक इतरांना 'हे वाचा' सांगतो. त्यामुळेच या पुस्तकाची ही अकरावी आवृत्ती प्रकाशित होत आहे.

काजूकतली हा चविष्ट पदार्थ. तो चांदीच्या वाटीतून खाताना होणारा आनंद काय वर्णावा! इथं इतकं सुरेख साहित्य मेहता पब्लिशिंग हाऊससारख्या नामवंत, गुणवंत आणि कीर्तिवंत प्रकाशन संस्थेकडून प्रकाशित व्हावं, हाही आनंद द्विगुणित करणाराच योग आहे.

मुख्य व्याख्यानाच्या मानानं प्रास्ताविक भाषण थोडक्यात असावं, या संकेताप्रमाणं इथंच थांबतो.

– श्याम भुर्के

अ नु क्र म णि का

तुम्ही वक्ते होणार

कृष्णा-कोयनेच्या पवित्र संगमावर वसलेल्या कराडमधील ही घटना आहे. फलटणच्या मुधोजी कॉलेजचे प्राचार्य शिवाजीराव भोसले यांचे व्याख्यान इंजिनिअरिंग कॉलेजमध्ये होते. शिवाजीराव म्हणजे पट्टीचे वक्ते; पण इंजिनिअरिंगच्या विद्यार्थ्यांनी मजा म्हणून असे ठरवले की, हे व्याख्यान उधळायचे. त्यांना त्या वेळी शिवाजीरावांच्या वक्तृत्वाची फारशी कल्पना नव्हती. शिवाजीरावांनी पहिलेच वाक्य उच्चारले, ''साहित्य सोनियाच्या खाणीतला मी एक मजूर. तुम्हा तांत्रिक आणि यांत्रिक विद्यार्थ्यांपुढे हा शब्दांचा मांत्रिक काय बोलणार?'' या वाक्याने सभागृहात टाळ्यांचा कडकडाट झाला व सारेच विद्यार्थी एकदम रसिक श्रोते बनले. साताऱ्लाही त्यांची बरीच व्याख्याने झाली. तिथे त्यांना बऱ्याच वेळा यावे लागायचे. याचा उल्लेख त्यांनी भाषणात पुढीलप्रमाणे केला, 'पाहुण्याची वस्त्रे परिधान करून मी या शाहूनगरीत प्रवेशलो, तर कुणीच अपरिचित भासेना. सारेच परिचित. सातारकरांना माझ्याबद्दलचा लळा आणि मला असलेला त्यांच्याबद्दलचा जिव्हाळा यांतूनच पिकलाय हा प्रेमाचा मळा.' अशा चित्तवेधक सुरुवातीनेच ते सभागृह आपलेसे करून सोडत. सातारा जिल्हा मध्यवर्ती सहकारी बँकेने गणेशोत्सवात व्याख्यानमाला आयोजित केली होती. विविध विषयांवर सुमारे सात-आठ वक्त्यांची व्याख्याने होती. बँकेच्या तिसऱ्या मजल्यावरील सभागृहात हे कार्यक्रम होत. इतर वक्त्यांच्या भाषणाला ते सभागृह पुरेसे झाले; पण शिवाजीराव भोसले यांच्या व्याख्यानास तरुणांची अशी काही गर्दी झाली की, सभागृह तुडुंब भरले. सभागृहाकडे जाणारे तीन मजल्यांवरचे जिनेही भरले. प्रमुख पाहुण्यांना लिफ्टच्या दाराकडे नेण्याचा मार्गही लोकांनी व्यापला गेला. बँकेच्या दारात आत येण्याच्या प्रयत्नात असणारे खूप लोक होते. प्राचार्य शिवाजीराव भोसले यांनी संयोजकांना विनंती केली की, लोकांच्या सोयीसाठी व्याख्यान खाली बँकेसमोरील मैदानात घेऊ या. तसे जाहीर झाले. वरच्या मजल्यावरचे सर्व लोक अल्पावधीतच खाली पटांगणात आले. शिवाजीराव बोलायला लागले—

'आजचा विषय संत तुकाराम. संतांचे माहात्म्यच मोठे. संत ज्ञानेश्वरांनी भिंत चालवत नेली व वाघावरून येणाऱ्या चांगदेवाच्या भेटीस ते गेले. हे खरे का, हा

प्रश्न यापुढे निर्माण होणार नाही; कारण संतांबद्दल असलेल्या व्याख्यानासाठी तिसऱ्या मजल्यावरील सभागृह तळमजल्यावर आलेले आपण आत्ताच अनुभवले आहे!'

या वाक्याला टाळ्यांचा प्रचंड कडकडाट न होता तरच नवल!

प्रबल इच्छा हीच पहिली पायरी

अशी व्याख्याने आपण ऐकतो तेव्हा आपल्याही मनात येते की, एक दिवस असाही यावा की, मी व्याख्यानास उभा आहे. समोर ध्वनिक्षेपक आहे. सभागृह प्रेक्षकांनी भरून गेले आहे. मी दमदार वाक्ये फेकीत आहे. श्रोतृवृंदातून टाळ्यांचा कडकडाट होत आहे. व्वा! काय सुरेख कल्पना आहे! काही जण याला स्वप्नही म्हणतील; पण आपण वक्ता व्हावे असे वाटणे हीच वक्तृत्वाची पहिली पायरी होय. तुम्ही उत्कृष्ट वक्ते होऊ शकता. अगदी शंभर टक्के. मला कल्पना आहे की, तुम्ही एकदाही सभेत भाषण केलेले नाही. ज्या वेळी तशी वेळ आली, तेव्हा तुम्ही ते भीतीने टाळलेच आहे; पण आता भिण्याचे कारण नाही. भाषण ही एक कला आहे, तसेच ते शास्त्रही आहे. याची माहिती घेऊन सराव केला की झाले. ऑफिसमध्ये बदलीनंतर अन्य कर्मचाऱ्यांनी तुमचा सत्कार आयोजित केल्यावर सत्काराच्या उत्तरादाखल भाषण कसे करायचे हा प्रश्न तुम्हांला पडला असेल किंवा तुम्ही उत्कृष्ट खेळाडू आहात; त्यात प्राविण्य मिळविल्याबद्दल तुमचा सत्कार झालाय, तेव्हा चार शब्द कसे बोलायचे, या संभ्रमात तुम्ही असाल. सुरेख रेखाटन करणारा महान चित्रकार, जर त्याला व्यासपीठावर येऊन बोलण्याची वेळ आली, तर मात्र तो घाबरून जातो. हजारो प्रेक्षकांपुढे फटक्यांची आतषबाजी करून धावांचा पाऊस पाडणारा क्रिकेटपटू त्याच्या सत्कार समारंभात भाषण करावे लागेल या दडपणाखाली असतो. कित्येक कर्तृत्ववान व्यक्तींना त्यांना 'भाषण' या भीतीने ग्रासले असल्यामुळे कोणत्याही संस्थेत पदाधिकारी व्हायचे ते टाळायला बघतात. मोठमोठ्या नामवंत व्यक्तींचीही व्यासपीठावर भीतीने गाळण उडाल्याची उदाहरणे कमी नाहीत.

गडकऱ्यांना व्याख्यानाचा गड सर करता आला नाही

पुण्याच्या वसंत व्याख्यानमालेत एका वक्त्याने कवी नामक प्राणिसमूहावर टीकेची झोड उठवली. श्रोत्यांमधील श्री. राम गणेश गडकरी यांना ही टीका झोंबली. ते एकदम उठले व रागाने तरातरा चालत व्यासपीठाकडे गेले. त्यांना त्या टीकेला प्रत्युत्तर द्यायचे होते. लोक अवाक् होऊन पाहत राहिले. त्यांना वाटले आता वक्त्याची शंभर वर्षे भरली. गडकऱ्यांसारखा साहित्यिक आता त्याला चारीमुंड्या चीत करणार. झाले, गडकरी व्यासपीठावर उभे राहिले; पण समोरचा समुदाय पाहून

त्यांच्या तोंडातून शब्द फुटेना. प्रा. ना. सी. फडके यांनी त्या प्रसंगाचे सुरेख रेखाटन केले आहे- '......त्यांनी डोक्यावरची पारशी फॅशनची वाटोळी कडक टोपी पुढे केली; मागे केली. पुन्हा पुढे केली. नंतर हातातली पेन्सील उगारून ते म्हणाले, 'अध्यक्ष महाराज आणि सभ्य स्त्री-पुरुष हो...' ते अडखळले व त्यांनी दोन-तीनदा तेच शब्द उच्चारले. श्रोत्यांतून कोणीतरी ओरडले, 'अहो, पुढे बोला की!' जाहीर सभेतल्या धकाधकीचा कधी अनुभव नसल्यामुळे गडकरी मास्तरांचा तोल सुटला. ते फुस्कारून म्हणाले, 'मला एवढंच सांगावयाचं आहे की, माझ्या आधीच्या वक्त्यांनी आपल्याला जे सांगितलं, ते निखालस चूक आहे!' आणि एवढ्या एकाच वाक्याचे ब्रह्मास्त्र सोडून व मुख्य वक्त्याकडे रागाचा भयंकर कटाक्ष टाकून ते व्यासपीठाखाली उतरले आणि पुन्हा विंचवाप्रमाणे तरातरा चालत आपल्या जागेवर जाऊन बसले. प्रचंड हशा आणि टाळ्या अर्थातच झाल्या. विनोदाच्या बादशहाने हा एक विलक्षण विनोद करून लोकांना हसविलं होतं खरं! वक्तृत्वकलेच्या अभावाने एवढ्या महान साहित्यिकाचीही अशी दाणादाण उडाली.

हा पाहा अत्र्यांचा किस्सा

आचार्य अत्रे त्यांच्या अष्टपैलू व्यक्तिमत्त्वामुळे मराठी माणसांच्या मनात बसून राहिले आहेत. 'जोरदार व्याख्यान म्हणजे अत्र्यांचेच' असे एक समीकरण बनून गेले होते. अत्र्यांच्या भाषणाला तुफान गर्दी लोटायची. अशा या दणकेबाज वक्त्याची भाषणकलेतील सुरुवात कशी झाली असेल? प्रथम ते शाळेतील वर्गात गोष्ट सांगायला म्हणून मुलांपुढे उभे राहिले. समोरच्या मुलांची नजर चुकवत समोर भिंतीकडे पाहत घाबरत-घाबरत ते बोलू लागले,

'एक होता कोल्हा... झालं! नाही, आधी वाघ... एक होता वाघ... झालं! आणि एक होता कोल्हा... झालं! ते एका जंगलात राहत होते... झालं!' झालं, झालं म्हणत गोष्ट काही पुढे जाईना. शेवटी घाबरून अत्रे 'झालं' म्हणून खाली बसले. या प्रसंगाचं वर्णन आचार्य अत्रे यांनी त्यांच्या 'मी कसा झालो' या आत्मचरित्रात केले आहे - पूर्वी लहान मूल प्रातर्विधीला रस्त्याच्या कडेला बसल्यावर आपला कार्यभाग उरकल्यावर झालंऽऽ म्हणत तसं म्हणून मी खाली बसलो. शाळेत माझं नाव 'झालं' असंच पडलं. भाषण हा प्रकार भीषण असून, तो आपल्यासाठी नाही असं त्या वेळी मला वाटलं.'

पण अत्रे यांनी चिकाटी सोडली नाही. अपयश ही यशाची पायरी असते हे त्यांनी जाणले. सासवडला जरी शाळेत फजिती झाली, तरी ते पुण्यास भावे हायस्कूलमध्ये आल्यावर त्यांनी वक्तृत्व स्पर्धेत भाग घेतला. विषय होता 'संत तुकाराम'. त्यांनी व्याख्यानाची टिपणे काढली. भाषण पाठ केले. पुण्यातल्या

हनुमान टेकडीवर जाऊन ते जोरजोराने म्हणून चांगला सराव केला. प्रत्यक्ष भाषणाच्या वेळी 'तुकारामाची बायको जिजाऊ ही कजाग होती' हे वाक्य म्हणताना कजाग शब्दावर असा काही जोर दिला की, परीक्षकांच्या अंगावर काटा आला. परिणामत: वक्तृत्व स्पर्धेत अत्र्यांचा पहिला क्रमांक आला. मग त्यांनी कधीच मागे पाहिले नाही. अत्र्यांची सभा म्हणजे लाखांची सभा असे समीकरण झाले.

एकदा फजिती झाली, तरी पुन्हा प्रयत्न करायचा.

पुलंची फजिती

ख्यातनाम साहित्यिक व पट्टीचे वक्ते पु.ल. देशपांडे यांना लहानपणी त्यांच्या वडिलांनी मुलांपुढे गोष्ट सांगायला उभे केले. हा मुलगा सर्वांना नीट दिसावा म्हणून टेबलावर उभं केलं. पुलं गोष्ट सांगू लागले.

'मी तुम्हांला आज अर्जुनाची गोष्ट सांगणार आहे.'

एक गुटगुटीत मुलगा गोष्ट सांगतोय म्हटल्यावर श्रोते कौतुकाने हसू लागले. पुलंना वाटलं आपलं काही चुकलं म्हणून ते हसताहेत. पुढे पुलं म्हणाले, 'हसताय काय, मी तुम्हाला अर्जुनाची गोष्ट सांगणार आहे. अर्जुनाने लढाई केली.' पुन्हा लोक हसले, तेव्हा पुलं म्हणाले, 'आता माझी दूध प्यायची वेळ झाली आहे, मी चलतो' असं म्हणून त्यांनी टेबलावरून खाली उडी मारली व ते तिथून पसार झाले.

एवढ्या महान वक्त्याचीसुद्धा सुरुवातीस अशी तारांबळ उडाली होती, पण म्हणून काय सुरुवातच करायची नाही? उलट या उदाहरणाकडे चांगल्या अर्थाने पाहू या. इतकी तारांबळ उडालेला हा मुलगाही पुढे इतका मोठा प्रभावी वक्ता झालाच ना! अशा दृष्टीने हा प्रसंग लक्षात ठेवला, तर आपणास एक प्रकारचा दिलासा मिळेल. भाषण करण्याबद्दलचा आत्मविश्वास वाढेल.

आजपर्यंत जे-जे चांगले वक्ते होऊन गेलेत किंवा आज जे भाषणमैदाने गाजवीत आहेत, त्यांनाही प्रथम प्रथम भाषणाची भीती वाटलीच होती. पण ते पुढे चांगले व्याख्याते झालेतच ना? मग तुम्ही का भिता? भीती वाटत असली, तरी आता बोलायला शिकायचेच. सुरुवात करायचीच. तुम्हांला जरी हे एक प्रकारचे संकट वाटत असले, तरी ते तसे नाही. संकटापेक्षा त्याची चाहूल जास्त भीतिदायक असते. म्हणजेच भाषण देण्याच्या कल्पनेने जेवढी भीती वाटते, तेवढे भाषण देणे भीतिदायक नाही.

हवी तेवढी माहिती घरी देतो, पण सभेत नको

एका वरिष्ठ अधिकाऱ्याला व्याख्यानाला बोलवावे म्हणून एकदा मी त्यांना बोलवायला गेलो. ते बॅंकिंग क्षेत्रात नावाजलेले होते. शाखाधिकारी म्हणून आत्तापर्यंत

सात शाखांचा कारभार त्यांनी यशस्वीपणे संभाळला होता. उत्कृष्ट व्यवस्थापनाचे त्यांच्या शाखेस संपूर्ण विभागातील प्रथम क्रमांकाचे पारितोषिक मिळाले होते. त्याबद्दल वृत्तपत्रांमध्ये त्यांच्या कार्याचा वृत्तांतही छापून आला होता. लोकांशी मिळूनमिसळून वागून त्यांनी बँकेसाठी भरपूर ठेवी मिळवल्या होत्या. त्यांच्या यशस्वी कारकिर्दीतील अनुभव त्यांनी कथन करावेत म्हणून मी त्यांना भेटलो व त्यांना व्याख्यानाचे निमंत्रण दिले. त्यांनी त्यांची दैनंदिनी पाहिली, व मी बोलवत असलेल्या तारखेस ते अन्य कामात व्यग्र राहणार असल्याने येऊ शकत नाही असे म्हणाले. मग मी त्यांना आणखी एक तारीख सुचवली, तर त्या वेळी ते परगावी जाणार असल्याचे म्हणाले. मग मी त्यांच्या सोईची कोणतीही तारीख सांगण्याबद्दल त्यांना विनंती केली, तेव्हा मात्र त्यांनी मनातील व्यथा बोलून दाखवली. ते म्हणाले, 'मी अशा गप्पा मारत तुमच्याशी मनमोकळेपणे बोलू शकतो. तुम्ही कितीही वेळ सांगा, असे बसून चारचौघांत सहज बोलेन. बँकेतील अनुभवच काय, प्रवासवर्णन, संत रामदासांचे दासबोध अशा अन्य विषयांवरही माझा अभ्यास असल्याने भरपूर गप्पा मारता येतील; पण सभेत बोलायला सांगू नका. नुसत्या कल्पनेनेही छाती धडधडायला लागते, तर प्रत्यक्ष सभेत बोलणे शक्यच नाही. दुसरी गोष्ट अशी की, ज्यांचा मी कित्येक वर्षे अनुभव घेतला, ते अनुभवसुद्धा लोकांपुढे उभे राहिले की, एकदम विसरायलाच होतात. तोंडपाठ असणारे दासबोधातील श्लोकही जिभेवर यायला तयार होत नाहीत. घरात बसलो असता जे-जे म्हणून सभेत बोलण्यासाठी तयार केले जाते ते सभेत उभे राहिलो की, लक्षातच येत नाही. तेव्हा तुम्हांला काय माहिती हवी असेल, ती आत्ता चहा पिता-पिता तुम्ही विचारा; पण सभेत बोलायला सांगू नका. जमणे शक्य नाही.'

इतक्या उशिरा जमेल का?

आपलीही स्थिती थोडीफार अशीच असण्याची शक्यता आहे; पण सभेत बोलण्याची कला अवगत करण्याची पहिली पायरी म्हणजे त्याची सुरुवात करणे हीच होय. मी कोल्हापूर येथे रामभाई सामाणी हॉलमध्ये जुलै ८७ मध्ये 'सभेत कसे बोलावे' याचे चार दिवसांचे प्रशिक्षण दिले. हा कार्यक्रम लायन्स क्लब, ईस्ट कोल्हापूर यांनी आयोजित केला होता. त्यामध्ये भाग घेऊ इच्छिणाऱ्या काही जणांनी अशी शंका प्रदर्शित केली होती की, आता त्यांचे वय पंचेचाळीसच्या पुढे आहे. त्यांनी शाळा-कॉलेजमध्ये असतानाच जर सभेत बोलायची सवय केली असती, तर आत्ता सोपे झाले असते. लहानपणी कधीच भाषणाचा प्रयत्न केला नाही. आता तर फारच भीती वाटते. तेव्हा हे खरंच इतक्या उशिरा जमेल का? पोहायला लहानपणी लवकर जमते, सायकल चालवायला कमी वयात सोपे जाते, भाषणाची भीड

चेपायलाही लहानपणाचा काळ चांगला; पण तेव्हा काहीच केले नाही म्हणून आता जमणार नाही असे नाही. कोणत्याही वयात व्याख्यानाची सुरुवात करता येते. Better late, than never. या प्रशिक्षणाला आलेल्यांपैकी बहुसंख्य हे एकदाही सभेत न बोललेले होते. वयाने मोठेही होते. पण सर्वच जण पन्नास लोकांपुढे उभे राहून बोलू लागले.

भीती तुम्हांला भ्याली पाहिजे

प्रसिद्ध सिनेनट चार्ली चॅप्लीन याचे रेडिओवर व्याख्यान होते. ते द्यायला जाताना चार्ली चॅप्लीन इतका घाबरला की, तो म्हणाला, 'प्रचंड वादळ सुटलं असताना ॲटलांटिक सागरातून जाताना जसा भीतीचा पोटात गोळा उठेल, त्यापेक्षाही जास्त भयाने मी व्याख्यानास जाताना पछाडलो होतो.' पण हीच व्यक्ती पुढे लोकांना निर्भयतेने सामोरी जाऊ शकली ना?

'सभेत कसे बोलायचे' हे शिकवताना मी अशी अनेक धीराची उदाहरणे दिल्यावरही एक जण मला बाजूला घेऊन म्हणाला, 'तुम्ही सांगता हे सगळे पटते, पण भीती ही वाटतेच हो.' जेव्हा प्रत्येकाने वर्गात उभे राहून ओळख करून द्यावी अशी विनंती केली मी तेव्हासुद्धा केवळ स्वत:चे नाव व व्यवसाय सांगतानाही उभे राहायला भीती वाटत होतीच. जसजसा ओळख देण्यासाठी उभे राहण्याचा त्याचा नंबर जवळ येई, तसतशी त्याची छाती अधिक धडधडायला लागायची. स्वत:चे नावही मनातल्या मनात पाठ करणारे मी पाहिलेत. 'नाव आधी आणि मग आडनाव, का आडनाव आधी मग नाव,' 'व्यवसाय काय सांगायचा' इ. विचार करित राहतात. त्या वेळी इतर जे ओळख करून देत आहेत, ते ऐकणे तर राहिले बाजूलाच. उभे राहायचे या कल्पनेनेच मनावर दडपण येते. या भीतीवर स्वार व्हायचे म्हणजे ही भीती कशी निरर्थक आहे हेच समजून घ्यायचे. आपण चारचौघांत बोलतो अगदी तसेच सभेत बोलायचे. तसा शारीरिक क्रियेमध्ये काहीच फरक नाही. मग भीती हा केवळ मनाचा खेळ आहे. माझे मित्र श्री. पुरुषोत्तम कराडकर हे बँकेत यशस्वी अधिकारी म्हणून काम पाहत होते. एक दिवस त्यांना बदलीचा हुकूम मिळाला व ट्रेनिंग सेंटरला प्रशिक्षक म्हणून पाठविण्यात आले. तिथे मी इन्स्ट्रक्टर इनचार्ज म्हणून होतो. आपल्याला लोकांसमोर बोलावे लागेल म्हणून श्री. कराडकर प्रथम बदली रद्द व्हावी या उद्देशाने हजरच होत नव्हते. पण जेव्हा आता या नव्या कामावर रुजू होण्याखेरीज गत्यंतर नाही याची त्यांना खातरी पटली, तेव्हा ते ट्रेनिंग सेंटरवर आले. पहिल्या व्याख्यानाची तयारी म्हणून त्यांनी 'माझे सहकारी श्री. भुर्के हे आधी बोलले आहेतच,' इथपासून सगळं लिहून आणलं होतं. बोलायला उभे राहण्यापूर्वी त्यांची छाती धडधडत होती. ते घामाने डबडबले होते. पहिली एक-

दोन वाक्ये जरा घाबरत बाहेर आली. पण नंतर जसजसा सराव होऊ लागला' तसतशी ही 'भाषणाची भीती' पोकळ आहे हे त्यांना जाणवले. आता बॅंकिंग क्षेत्रातील उत्कृष्ट वक्ते म्हणून ते सुपरिचित आहेत व त्यांनी हजारो व्याख्याने दिली आहेत.

अनुभवांती असे लक्षात येते की, सभेत उभे राहिल्यावर आपल्या मनाची एकाग्रता वाढते. आपल्याजवळील सर्वोत्कृष्ट ते आपण लोकांपुढे मांडू लागतो. एक-एक उदाहरण आपल्यापुढे येऊन 'अरे मला वापर, मला वापर' असे सुचवू लागते व आपण त्यातले जास्त परिणामकारक असेल ते सांगतो. आपला आत्मविश्वास सभेत ढासळतो हे खरे नाही. आपल्याजवळ सांगण्यासारखे आहे, ते सांगायचे कसे याची तयारी आपण केलेली आहे. आपण बोलू शकतो म्हणजे आता कोणताच प्रश्न उरलेला नाही. जी काही भीती वाटते ती काल्पनिकच आहे. आपण तर्कशास्त्राच्या दृष्टीने विचार केल्यास आपणच भीतीला पळवून लावू शकतो, हा आत्मविश्वास वाढल्याखेरीज राहणार नाही.

तुमचे वय कितीही असो, तुम्ही सभेत प्रथमच बोलणारे असोत, तुम्हांला या प्रकारची फारच भीती वाटते आहे व गोष्ट अशक्य आहे असे वाटत असो; पण तुम्हांला वक्ता होण्याची तळमळ आहे ना? दुर्दम्य इच्छाशक्ती आहे ना? मग हे पुस्तक केवळ तुमच्यासाठीच आहे. पुढे जाणाऱ्यांसाठी, आशावादी व प्रयत्नशील अशा तुमच्यासाठीच पुढील पाने आहेत. आता शंभर टक्के तुम्ही वक्ते होणारच!

भाषणापूर्वी

सुप्रसिद्ध साहित्यिक पु. ल. देशपांडे यांनी म्हटलं होतं, 'ऐन वेळी एकच गोष्ट जमू शकते आणि ती म्हणजे फजिती!' तेव्हा भाषणाची संपूर्ण तयारी ही हवीच.

व्याख्यान द्यायची वेळ, स्थळ व विषय ठरला की मनात व्याख्यानाची खरी तयारी सुरू होते. जो विषय आहे, त्याबाबतचे सर्वस्पर्शी विवेचन, साहित्य इ. जमवायला लागा. त्या विषयावरचे साहित्य वाचा. सर्वांत महत्त्वाचे म्हणजे मनन चालू ठेवा व विचारांची जुळवाजुळव करा. सकाळी उठल्यापासून रात्री झोपेपर्यंत त्या विषयाचे मनन हवे. चहा घेताना, जेवताना, ऑफिसमध्ये, फिरायला गेल्यावर, बसमध्ये, खेळताना, बाथरूममध्ये सतत त्याविषयीचे विचार आपल्या मनात येतात. आपले मन हे सांडलेल्या पाण्यासारखे चपळ असते. एकत्र करायला गेले तर आणखीच विखुरते, पळते. तेव्हा कोणत्या ठिकाणी कोणता विचार मनात

येईल हे सांगता येत नाही. मनात येणाऱ्या विचारांपैकी कोणते मुद्दे व्याख्यानास उपयोगी, याचे कागदावर संकलन करावे. नंतर त्यातले कोणते वापरायचे, कोणते अधिक प्रभावी ठरतील ते बाजूला काढायचे. आपल्याजवळ अशा सांगण्यासारख्या गोष्टींचा भरपूर साठा असावा. एक गोष्ट लक्षात ठेवायला हवी, ती म्हणजे व्याख्यान म्हणजे म्हणी, सुविचार, कथा यांची माळ नव्हे. कितीही चांगली वाक्ये असली, तरी त्यांना जर विचाराची साथ नसेल, तर ती प्रभावी होत नाहीत. विचार मांडताना साहाय्य म्हणून हा बाकीचा माल-मसाला. या सर्वांच्या आधारावर व्याख्यानाचा योजनाबद्ध आराखडा तयार करायचा. With planning we get success, without planning we see the consequences! अनेक उत्कृष्ट व्याख्यानांचा अभ्यास केला तर असे आढळून येईल की, त्यांनी त्यांची व्यवस्थित आखणी केली होती. घर बांधताना जसे पाया, खोल्यांचे आकार, दारे इ. सारे आधी ठरलेले असते; तसेच भाषणाचेही आहे. साधारणतः भाषणामध्ये स्थूलमानाने पुढील भाग असतात. १) विषयाचे प्रतिपादन. या विषयाबाबत सत्य काय आहे, सद्य:स्थिती काय आहे, पूर्वी काय घडले? २) पहिल्या भागात सांगितलेले बरोबर कसे किंवा ते चूक कसे. ३) त्यातील योग्य भागासाठी आपण काय केले पाहिजे. अयोग्य भाग कमी कसा करावा इ. प्रत्येक वक्ता यामध्ये क्रमांची अदलाबदलही करील. एखादा प्रथम सध्या काय चुकत आहे ते सांगेल, नंतर खरं पाहिलं, तर पूर्वी कशी स्थिती होती व विषयाचे बारकावे सांगेल व मग कृतीसाठी आवाहन करील. हे सांगण्यापूर्वी एखादा श्रोत्यांना विश्वासात घेण्यासाठी श्रोत्यांचे हित कशात आहे हेही विदीत करील. एखादा सुरुवातीसच लोकांची कशी फसवणूक होते हे सांगून श्रोत्यांना आकृष्ट करून घेऊन मग विषयाकडे वळेल. जमवलेले विचारधन एका पूर्वनियोजित आराखड्यात बसवले की व्याख्यानाचे टाचण तयार होईल.

तळमळ हवी

सतत अध्ययनामुळे विषयाचे बारकावे समजून येतात व मग विषय मांडण्याची कळकळही दिसून येते. चांगल्या भाषणासाठी केवळ भरपूर ज्ञानभांडार असून उपयोग नाही, तर त्या विचाराशी आपण प्रामाणिक हवे. म्हणूनच श्री. बाबा आमटे हे बोलायला लागल्यावर लोकांना ते भाषण प्रभावी वाटते, पण तोच विषय कदाचित एकदोन काव्यपंक्ती वापरून सजवूनही एखाद्या कॉलेज युवकाने वक्तृत्व स्पर्धेत मांडला, तर तितका प्रभावी होणार नाही. स्वातंत्र्यवीर सावरकरांची व्याख्याने प्रभावी झाली ती केवळ त्यांच्या त्याविषयीच्या अभ्यासाने नव्हे, तर त्या विचारामागे असलेली त्यांची तळमळ हे त्याचे कारण होय.

ज्ञानही महत्त्वाचे

केवळ तळमळ असेल व विषयाचे ज्ञानच नसेल, तरी व्याख्यान प्रभावी होणार नाही. यासाठी विषयास अनुसरून ज्ञानसाधना केली पाहिजे. वाचनालयात जाऊन त्या विषयावर कोणकोणती पुस्तके आहेत, त्या पुस्तकांतून विविध लेखकांनी कसे विचार मांडले आहेत, कोणत्या घटना महत्त्वाच्या आहेत, त्या लेखकांची चांगली वाक्ये कोणती, कविता, संस्कृत सुभाषिते, इंग्रजी बोधवचने, शेरोशायरी, स्वानुभव इ.चे टाचण केलेले हवे.

सरावाने परिपूर्णता

ज्ञान व विचार यांची सांगड घातल्यावर आता काम राहते, ते लोकांपुढे बोलण्याचे. ते एकदम जमेल ना, या शंकेचे निवारण होण्यासाठी सुरुवातीस घरी सवय करायला हरकत नाही. प्रथम तर तीन मिनिटांचे भाषण तयार करून बोलण्याचा सराव करावा. यामुळे आत्मविश्वास वाढेल. प्रेक्षकांकडे पाहून बोलायला लागा. भरपूर तयारी झालीय. आता नजर कशाला चोरायची? पहिलेच वाक्य अत्यंत आत्मविश्वासपूर्वक उच्चारले की, अर्धे काम झालेच समजा.

कुणापुढे बोलणार?

एकदा एका गावात प्राथमिक शाळेची मुले एकत्र केली होती. त्यांची प्रभातफेरी काढून घोषणा देत त्यांना दोन-तीन मैल फिरवले. नंतर त्यांच्यापुढे अमली पदार्थ निर्मूलनाबद्दल स्थानिक पुढारी बोलत होते. वास्तविक ब्राऊन शुगर, चरस, गांजा वगैरे गोष्टी या गावापर्यंत पोहोचल्या नव्हत्या व लहान मुलांना तर ते माहितीच नव्हते. ती कशाला भाषण ऐकताहेत. शिक्षक उठू देत नाहीत म्हणूनच ती केवळ बसली होती.

आणखी एक चांगली आठवण आहे. लायन्स क्लब, कोल्हापूर सिटी यांनी रिमांड होममधील विद्यार्थ्यांपुढे राष्ट्रीय एकात्मतेवर प्रा. चंद्रकांत पाटगावकर यांचे व्याख्यान ठेवलेले. मी प्रा. पाटगावकरांचा परिचय मुलांना करून दिला व पाहुण्यांना बोलण्याची विनंती केली. आता या रिमांड होममधील लहान मुलांपुढे हे हा अवघड विषय कसा मांडणार अशी शंका माझ्या मनात आली होती. पण मुलांची क्षमता पाहून प्रा. पाटगावकरांनी देशभक्तीपर गोष्टी सांगून मधूनच 'वंदे मातरम्' 'जयहिंद' सारख्या घोषणा मुलांकडून म्हणवून घेत विषय चांगलाच रंगवला. मुलांपुढे बोलायचे असल्यास कथांवर जोर ठेवावा व वैचारिक भाग कमी करावा.

अमरावती येथे एकदा अंध विद्यार्थ्यांपुढे मी बोलायला गेलो होतो. तेथील अंध

विद्यार्थ्याने ब्रेल लिपीत लिहिलेला कागद एका हाताने पोटावर धरला होता व दुसऱ्या हाताच्या बोटाने त्या अक्षरांना स्पर्श करीत तो माझा परिचय करून देत होता. त्यांचा कोणता अभ्यासक्रम झालाय, त्यांना कोणत्या गोष्टी वगैरे माहीत आहेत याची माहिती मी तिथे बोलण्यापूर्वी घेतली होती. तिथे हातवारे करून बोलणे उपयोगाचे नव्हते. अरुणाचल प्रदेशात बोमदिला येथे एका शाळेत व्याख्यान देताना मी सुरुवातीचे वाक्य आसामी भाषेत बोललो. तेवढे वाक्य मी त्याआधी शिकून घेतले होते. तेथील मुलांना वैचारिक गोष्टीपेक्षा महाराष्ट्र कसा आहे हे जाणण्यात विशेष रस आहे हे मी व्याख्यानापूर्वी तेथील मुलांशी बोलताना ओळखले होते. त्याप्रमाणे व्याख्यानाची आखणी केली. कोलकाता व हिमाचल प्रदेशातही तेथील भाषेतले काही शब्द वापरल्यावर श्रोत्यांना ते आपलेसे करून गेले.

किती बोलावे?

एकदा अमरावती येथे एका क्लबमध्ये मला व्याख्यानास बोलावले होते. रात्री ९ची वेळ. सदस्यांचे हितगुज - ज्याला या क्लबमध्ये 'फेलोशिप' म्हणतात, ते झाल्यावर भोजनाचा कार्यक्रम झाला व रात्री १०.१५ वाजता सभेस सुरुवात झाली. क्लबमधील ध्वजवंदन, अन्य सूचना वगैरेनंतर माझा परिचय करून देण्यात आला. त्यानंतर मी अर्धा तास बोललो. वास्तविक विषय नीट मांडायचा म्हणून मी एक तासाची तयारी केली होती; पण मग त्यातील अर्धा भागच सांगून झाला, तर भाषण उरकायची आपली गडबड उडते. तेव्हा सारांशाने असे लक्षात ठेवा की रोटरी, लायन्स, जेसीज, जायंट्स अशा क्लब्समध्ये साप्ताहिक, पाक्षिक, मासिक अशा मीटिंग्ज होत असतात. या मीटिंग्जमध्ये विविध सेवाकार्ये चालतात, त्या क्लबचे कामकाज चालते व सदस्यांना एखादा नवीन विषय समजावा म्हणून व्याख्यान असते. तेव्हा साधारणतः ३० मिनिटांत संपेल अशा तऱ्हेने व्याख्यानाची आखणी करावी. तेथील सदस्य हे त्यांच्या व्यवसायात कार्यमग्न असतात. त्यातून वेळात वेळ काढून, येत असतात, तेव्हा अशा ठिकाणी तुमचे व्याख्यान जितके लहान होईल तेवढे ते सदस्यांना अधिक आवडेल. जादा वेळ बोलायचे असल्यास संयोजकांशी आधीच ठरवून घ्यावे. शाळा-कॉलेजमध्ये साधारणतः ४० मिनिटे बोलावे अशी अपेक्षा असते. तिथे विद्यार्थी केवळ ऐकायला आलेले असतात. श्रोत्यांचे वय, शैक्षणिक पात्रता इ. पाहून व्याख्यानातील उदाहरणांची आखणी करावी. टाचणांमध्ये सुरुवात, मध्यभाग व शेवट यांची नोंद ठेवावी. आपल्याशिवाय कार्यक्रमामध्ये कोण-कोण बोलणार, कार्यक्रम सुरू होऊन किती वेळ झाला आहे, यानंतर कार्यक्रमाचा कोणकोणता भाग व्हायचा आहे, त्यासाठी किती वेळ लागणार इ. गोष्टींचा विचार करूनच ऐन वेळी आपल्या व्याख्यानाचा वेळ ठरवावा.

व्याख्यान किती वेळाचे असावे याचे एकाच वाक्यात परिमाण म्हणजे ते कंटाळवाणे होण्यापूर्वींच संपावे!

आता व्याख्यानाला निघायचं हं!

नटाला त्याच्या भूमिकेप्रमाणे पोषाख असतो, तसा जरी व्याख्यात्याला नसला तरी व्यक्तिमत्त्व रुबाबदार दिसेल असा पोषाख असावा; पण तो आरामदायीही असावा. एकदा अमरावतीला 'मुलाखत कशी घ्यावी' या विषयावर व्याख्यान द्यायला गेलो. जाताना सफारी सूट घालून गेलो, पण व्याख्यानकक्षामध्ये फार गरम होत होते. भाषणात वरचेवर घाम पुसत होतो. तेव्हा जर सुती अर्धा शर्ट घालून गेलो असतो, तर व्याख्यानातील मुद्दे प्रतिपादण्यात मनाची एकाग्रता वाढली असती. मुलाखतीला जातानाही कपडे चांगले, पण आराम देतील असे असावेत हे सांगताना मी माझेच उदाहरण दिले. तुमचे अस्तित्व हेच व्यक्तिमत्त्व असल्याने शरीराचा जास्तीत जास्त भाग झाकतील असे सुरेख कपडे परिधान करावेत. घरी आरशापुढे पाहून सर्व मस्त जमलंय ना हे पाहावे. पायात शक्यतो बूट घालावेत. नाही तर काही व्याख्याते व्यासपीठावर पायांतील चपला काढण्या-घालण्याचा प्रकार करीत राहतात व तो एक श्रोत्यांच्या चेष्टेचा विषय बनतो. एकदा एका वत्त्याच्या पायातील चप्पल सुटून टेबलाच्या पुढे गेली. खुर्चीत बसलेल्या वत्त्याच्या पायाला ती पाय फिरवूनही सापडेना. तेव्हा गुच्छ देतात तशी ती चप्पल एका स्वयंसेवकाने वत्त्याच्या स्वाधीन केली ! फजितीचा हशा झाला !

व्याख्यानस्थळी नियोजित वेळेपूर्वी किमान १० मिनिटे पोहोचू हे पाहावे. व्याख्यानातील मुद्यांचं टाचण बरोबर ठेवलंय ना हे घरीच तपासून पाहावे. आपली स्वत:बद्दलची माहिती वेगळ्या कागदावर लिहून तयार ठेवावी. व्याख्यानाचे संयोजक काही वेळा परिचय करून देण्यासाठी ऐन वेळी हे विचारतात. तेव्हा आपणच परिचयाचा कागद त्यांना देऊन टाकावा. तो व्याख्यानापूर्वी काही दिवस आधी दिला, तर अधिक उत्तम.

आता व्याख्यानस्थळी आलात

येथूनच लोक तुमच्याकडे पाहायला लागलेत. अजिबात भिऊ नका. चेहरा हसतमुख ठेवा. शरीरात चेहऱ्याचा भाग १० टक्केच आहे; पण तो तुमचे ९० टक्के व्यक्तिमत्त्व प्रकट करतो. या दहा टक्क्यांवरच प्रेक्षकांनी तुमच्याबद्दलचे मत

बनवायला सुरुवात केलेली असते. 'फुल खिले है गुलशन गुलशन' या दूरदर्शन मालिकेमधील तबस्सुम आठवा. सतत हसत चेहरा. हो, याचीही सवय करायला लागते. थोडा वेळ एखादा माणूस हसतमुख दिसतो; पण सतत तसे राहणे यामागे चांगलेच प्रयत्न असणार. आता तुम्ही व्याख्याते म्हणून आला आहात. तुम्हांला काही विशेष येत आहे म्हणून बोलावले आहे. व्याख्यानापूर्वी संयोजक तुम्हाला एखाद्या जागी बसायला सांगतील. थोड्या गप्पा मारतील. येथे फार बडबड करू नका, बढाया मारू नका व स्वत:ला कमीही लेखू नका. काही जण या वेळात 'मला व्याख्यानाची तयारी करायला वेळच मिळाला नाही,' 'या विषयापेक्षा मला तो विषय अधिक आवडला असता,' 'वास्तविक माझ्यापेक्षा अमुक-अमुक हे छान व्याख्याते आहेत,' असे बडबडतात. ही विधाने तुमचा आत्मविश्वास ढासळल्याचे दर्शवितात. आता माघार नाही. सभा जिंकायचीच. पाणी प्यायचे असल्यास येथेच प्या. व्यासपीठावर शक्यतो नको. आता हातांची चुळबुळ नको. टाचणांचा कागद खिशात ठेवलेला घरीच पाहिलाय तेव्हा तेथे पुन्हा खिसे चाचपू नका. संयोजकांनी सांगितल्यावरच व्यासपीठाकडे जा. उगीच त्या आधी एकदा 'किती लोक जमलेत पाहावे' म्हणून स्टेजवर जाऊन येऊ नका. आपण केलेली व्याख्यानाची तयारी फलद्रूप होण्याची घटिका जवळ येऊन ठेपली आहे. खुशीत राहा.

■

व्यासपीठावर

संयोजकांच्या समवेत व्यासपीठावर आल्यावर श्रोत्यांना नमस्कार करा व संयोजक सांगतील त्या खुर्चीत बसा. इथे 'अहो, मला या महत्त्वाच्या खुर्चीत कशाला? मी बाजूला बरा आहे' असे बोलणे अनाठायी आहे. प्रेक्षागृहात परिचित व्यक्ती दिसल्यास त्याच्याकडे पाहून स्मितहास्य केले की बस्स! त्यांना तुम्ही ओळख दिल्याचे समजले म्हणजे झाले. तिथून हात वर करून ओळख दाखवू नये किंवा पुन:पुन्हा उभे राहून ओळखीच्या एक-एक माणसास नमस्कार करू नये. एखाद्या श्रोत्यास तो श्रेष्ठ आहे म्हणून व्यासपीठावर यायचा आग्रह करू नये. व्यासपीठावर बसवायचे हे काम संयोजकाचे, वक्त्याचे नाही. आपण जसे 'व्याख्यान द्यायचे आहे' या दडपणाखाली असतो तसे संयोजकही आयोजनाच्या तणावाखाली असतात. त्यांना आपण ऐन वेळी शक्यतो सूचना करू नयेत. एकदा एका व्यक्तीने अमुक एकास हार घालावा हे व्यासपीठावरच संयोजकांना सांगितले व तिथे जादा हार नव्हता. मग प्रथम घातलेल्या हारांपैकीच हार वापरून वेळ मारावी लागली व

श्रोत्यांनी चेष्टेचे हास्य केले. नेहमीच व्यवस्थित बसलेले असले की, फोटोग्राफर पुढे आल्यावर पुन्हा सरसावून बसल्यासारखे करावे लागत नाही. मुद्दाम कॅमेऱ्याकडे वळून हास्य करणे हे हास्यास्पद होण्याची शक्यता जास्त. यासाठी नेहमीच हसतमुख राहण्याची सवय असणे चांगले. व्यासपीठावर असताना कधी शिंक येते असे वाटल्यास नाक व ओठांवरील मध्यभागात बोटाने दाबावे. शिंक न येता विरून जाते.

व्यासपीठावरील कार्यक्रमपत्रिका पाहून आपला नंबर केव्हा आहे हे पाहून ठेवावे. स्वागतगीताच्या वेळी बाजूच्या व्यक्तीशी बोलत बसू नये. ते गीत ऐकण्याचा प्रयत्न करावा. कदाचित तुमचे व्याख्यान आकर्षक करण्यास त्या गीतातील ओळींचा उपयोगही होईल. होली क्रॉस, अमरावती या शाळेत मी १५ ऑगस्टच्या झेंडावंदनास प्रमुख पाहुणा म्हणून गेलो होतो. मुलींनी देशभक्तीपर गीत गायल्यानंतर मी बोलण्यास उभा राहिलो, तेव्हा पहिलेच वाक्य उच्चारले- 'एका इंग्रजी तत्त्ववेत्त्यानं म्हटलंय Tell me the songs of the youngers of your nation, I will tell you the future of your nation. या वाक्याचा अर्थ लक्षात घेता, येथील मुलींनी गायलेले सुरेख गीत ऐकल्यावर आपल्या देशाचे भवितव्य अतिउज्ज्वल आहे याची प्रचिती येते.' ही सुरुवात श्रोत्यांना आवडलेली दिसली. व्याख्यानापूर्वी एके ठिकाणी ज्ञानेश्वरांचे पसायदान म्हटले होते, त्यातील 'जो जे वांछील तो ते लाहो प्राणिजात' या ओळीचा व्याख्यानात सुरेख उपयोग करून घेता आला. प्रास्ताविक व आधीच्या वक्त्यांची भाषणेही लक्षपूर्वक ऐकावीत. त्यातील एखाद्या मुद्याचा उल्लेख आपल्या भाषणात करायचा असल्यास आपल्या टाचणात त्याची नोंद घ्यावी.

तुमची ओळख करून देत असताना 'कशाला कशाला,' 'अहो, हे काय सांगताय' असा मुद्राभिनय वगैरे करू नये. केवळ चेहऱ्यावर तबस्सुम हास्य ठेवून श्रवणभक्ती करावी.

तुम्ही स्टेजवर आल्यापासून तुमचे अस्तित्व हे तुमचे व्यक्तित्व दर्शवीत असते. दोन्ही हात खुर्चीच्या दोन हातांवर ठेवा. गालाखाली हाताच्या आधाराची गरज नाही. हात उगीच सारखे हलवू नका. पाय कशाला डोलावताय? ते टेबलाखालून प्रेक्षकांना दिसताहेत. स्थिर ठेवा. शरीर स्थिर असणे हे मन स्थिर असण्याचे लक्षण आहे. पायात बूट घातलेत हे छान केलेत. नाही तर पादत्राणे काढणे-घालणे नकळत चालू राहायचे.

एका जागी जागेपणी स्थिर बसणे हे तसे सोपे नाही. सारखे हात हलवावे, डोके खाजवावे, हनुवटीला हात लावावा, पाय हलवत राहावे असे नकळत वाटत असते. मनावर दडपण असले की हे जास्तच होते. जाणकार श्रोते या हालचालींवरूनही वक्ता भाषणाला उभा राहण्यापूर्वीच त्याचे पाणी जोखतात. आपली तयारी व्यवस्थित

झालेली आहे. भ्यायचे कारण नाही. मन स्थिर आहे, त्यामुळे शरीरही स्थिर आहे. श्रोते आपले शब्द ऐकण्यासाठी चातकासारखे वाट पाहत बसले आहेत.

■

व्यासपीठाचा भूगोल

भरत मुनींनी नाटकाच्या संदर्भात रंगभूमीचा भूगोल हा विषय मांडला आहे. यातील वक्तृत्वाच्या दृष्टीने काही भाग उपयुक्त आहे. तो म्हणजे व्यासपीठाचा. याचे सहा काल्पनिक भाग पाडले आहेत.

स्टेजची मागील बाजू

१ वरील उजवी	२ वरील मध्य	३ वरील डावी
४ खालील उजवी	५ खालील मध्य	६ खालील डावी

— व्यासपीठ —

प्रेक्षक

यातले ४,५,६ हे भाग प्रेक्षकांच्या जवळ असल्याने व १,२,३ हे भाग त्या मानाने प्रेक्षकांपासून दूर असल्याने ४,५,६ हे भाग अधिक उठावदार व प्रभावी ठरतात. व्यासपीठावर पहिल्या रांगेत बसलेली मंडळी अधिक उठून दिसणार. दुसऱ्या रांगेस कमी महत्त्व येणार. आता ४,५,६ मधील ५ हा मध्यभाग असल्याने प्रेक्षकांची नजर सहजरीत्या तिथेच जाते, म्हणून ५ हा भाग सर्वांत महत्त्वपूर्ण. नाटकातही दिग्दर्शक कथानकाचा परमोच्च बिंदू या जागी सादर करतो. त्यानंतर मध्यावर असल्याने २ हा भागही महत्त्वाचा. आता ४ व ६ मध्ये अधिक प्रभावी भाग कोणता? तर उत्तर आहे ४. कारण प्रेक्षकांना लहानपणापासून डावीकडून उजवीकडे वाचायची सवय लागलेली असते व तशीच पाहायचीही. आपण एखाद्या नव्या घरात गेलो की, नकळत डावीकडून उजवीकडे पाहतो. म्हणजे कमी महत्त्वाकडून महत्त्वाकडे क्रमांक लावायचे झाल्यास ३,१,६,४,२,५ असे लावावे लागतील. आता प्रेक्षकांची डावी बाजू ती वक्त्याची उजवी बाजू म्हणून त्या बाजूस वरील उजवी व खालील उजवी म्हटले आहे. आता स्टेजवर कुठे बसले म्हणजे

आपला प्रेक्षकांवरील प्रभाव वाढेल हे तुम्हास कळेल. ही माहिती केवळ असू द्यावी. पण आपणास ही माहिती आहे व त्या दृष्टीने जागा पाहात आहोत हे संयोजकांना किंवा अन्य कुणास कळू देऊ नका. तसा मुद्दाम प्रयत्नही करू नका. तुम्ही कधी संयोजक म्हणून काम कराल, तेव्हा मात्र या ज्ञानाचा उपयोग होऊ शकेल.

आता बोलण्याचा क्षण जवळ आला

तुमचा परिचय चालू असताना 'आता घटका जवळ आली' या कल्पनेने तुमच्या छातीचे ठोके वाढलेत. ते निष्कारण आहेत; कारण काय बोलायचे, याचे टाचण जवळ आहे. तुम्ही पाय स्थिर ठेवलेत. हातही खुर्चीच्या दोन्ही हातांवर स्थिर आहेत. तेव्हा इतरांच्या लक्षात येणार नाही, अशा रीतीने खुर्चीचे हात आपल्या हातांनी थोडे घट्ट धरा व तीन-चार वेळा दीर्घ श्वसन करा. छातीच्या ठोक्यांची धडधड बरीच कमी होईल. तुमचा परिचय संपल्यावर तुम्हांला व्याख्यानास पाचारण केल्यावर ध्वनिवर्धकासमोर जा. बोलण्यासाठी खास डेस्क ज्याला रॉस्ट्रम म्हणतात ते असेल तर त्याचा फारच आधार वाटेल. टाचण ठेवलेले लोकांना फारसे दिसणार नाही. माईक चालू आहे का ते पाहण्यासाठी जोरात फुंकर मारू नका. तसा जोरात आवाज आल्यास लोकांत नको असलेला हशा पिकतो. माईक तोंडासमोर आणवून घेतल्यावर त्यावर टकटक करून पाहायचीही गरज नाही. आधीचे वक्ते त्यावर बोलले आहेत, त्यामुळे ध्वनिवर्धक चालू आहे व पुन्हा आपण ती तपासणी करण्याचे कारण नाही. माईकजवळ तोंड नेऊन बोलण्याचीही आवश्यकता नाही. साधारणपणे नऊ इंच ते एक फूट इतक्या अंतरावर माईक असला म्हणजे बरे. त्या माईकच्या उंचीच्या मानाने काही जण वळून किंवा मान खाली वाकवून त्या माईकमध्ये बोलण्याचा प्रयत्न करतात. ते करू नये. माईकची उंची जमवून घेतली की, आपल्या पहिल्याच शब्दाच्या उच्चारानंतर ध्वनिवर्धक चालू आहे ना हे आपल्या लक्षात येते. पहिला शब्द उच्चारावा - 'नमस्कार', ध्वनिक्षेपक चालू नसल्यास तसेच थांबावे. ध्वनिवर्धकाची जबाबदारी ज्याच्याकडे आहे, तो तिकडे लक्ष देईल. आपण अनावश्यक धावपळ किंवा ध्वनिवर्धकाशी खेळ करू नये.

नजर चोरू नका

प्रेक्षकांतील डाव्या बाजूच्या व उजव्या बाजूच्या एक-एक व्यक्तीच्या डोळ्यांत पाहावे व बोलायला सुरुवात करावी. हे जे डोळ्यांत पाहणे आहे, ते क्षणभरच हं! असे पाहिल्यामुळे जे शब्द बाहेर पडतील, ते संभाषणासारखे येतील. श्रोत्यांशी नजर अजिबात चोरायची नाही. आपल्या पायांकडे पाहत किंवा समोर भिंतीकडे

पाहत बोलायचे नाही. टेबलाकडे किंवा खिडकीतून बाहेर आजूबाजूलाही पाहायचे नाही. भाषण हे श्रोत्यांसाठी आहे. त्यांच्याकडे पाहत बोलायचे. नजर चोरून बोलले की आवाजही गद्य वाचनासारखा किंवा रेंगाळत-रेंगाळत निघायला लागतो. श्रोत्यांशी गप्पागोष्टी, हितगुज; परंतु जाहीररीत्या करायला आलोत अशा थाटाने आत्मविश्वासाने सुरुवात करायची. बोलता-बोलता नजर सर्व श्रोत्यांमधून हळुवारपणे फिरत ठेवायची. त्यांच्याकडून मिळणारा प्रतिसाद हा वक्त्याला प्रोत्साहित करतो. आपली नजर श्रोत्यांमधून फिरत राहते, तसतसे श्रोतेही व्याख्यानात एकाग्र व्हायला लागतात. तेही इकडेतिकडे पाहत नाहीत. श्रोत्यांवरील व्याख्यानाचा परिणाम त्वरित लक्षात यायला लागतो. श्रोते व वक्ता एकरूप होऊन तन्मयतेने सुसंवाद सुरू राहतो.

सुरुवात आधीच ठरवा

व्याख्यानाची सुरुवात कशी करणार हे आधीच ठरलेले असावे. कारण पहिले वाक्य, हो अगदी पहिलेच वाक्य हे अत्यंत आत्मविश्वासपूर्वक उच्चारायला हवे व त्यासाठीच त्याची संपूर्ण तयारी हवी. व्याख्यान हा शब्दांचा व विचारांचा उत्स्फूर्त आविष्कार आहे. सारे कसे उत्साहवर्धक वातावरणात सुरू व्हायला हवे. अतिशय प्रवास करून, थकूनभागून आलेले असताना व्याख्यान देणे हा श्रोत्यांवर अन्यायच नाही का? थकल्यावर जसे उत्साही शब्द मुखावाटे बाहेर येणार नाहीत, तसेच तट्ट जेवून व्याख्यानासाठी सभेत उभे राहिले; तरी शब्द जोरकस उच्चारले जाणार नाहीत. तब्येत बरी नसताना व्याख्यान देण्याचा प्रयत्न करणेच चुकीचे. मा. न.वि. ऊर्फ काकासाहेब गाडगीळ म्हणत की, तब्येत बरी नाही तर दवाखान्यात जावे, व्याख्यानास कशाला?

व्याख्यानास सुरुवात करण्यापूर्वी जमलेल्या लोकांना पुढील मोकळ्या खुर्च्यांवर येऊन बसायला सांगावे. वास्तविक हे काम संयोजकांचे. हल्ली विविध समारंभांत निवेदक (Master of Ceremony) असतो. त्याने सर्व लोकांना सभागृहात बसण्यास सांगावयाचे असते. तसेच सभागृहातील लोकांना पुढे येऊन जवळजवळ बसण्याची विनंती करावयाची. विस्कळीत बसलेल्या लोकांकडून वक्त्यास हवा तसा प्रतिसाद मिळत नाही. सभागृहात ४९ लोक जर अतिशय अंतराअंतरावर बसले असतील, तर भाषण रंगणार नाही. पण जरी तीस लोकच असतील व ते एकत्रित जवळजवळ असे बसले असतील, तर भाषण रंगेल. लोक जितके जास्त, तितका विषय रंगण्यास मदत होते हे खरे; पण ते लोक एकत्रित बसले, तर रंगत अधिक वाढते.

सभागृहातील वातावरण प्रसन्न असले, तर श्रोते व वक्ता दोघांनाही सुखद

असते. कोंदट, अंधाऱ्या, उष्ण जागेत भाषण करणाऱ्याचा व ऐकणाऱ्यांचा उत्साहच नाहीसा होतो. प्रकाशयोजना अशी असावी की, वक्त्याच्या चेहऱ्यावर पुरेसा उजेड असावा.

पहिले वाक्य

व्याख्यानाची सुरुवात उपस्थितांना संबोधून करण्याची प्रथा आजही आहे. उदा. आजच्या आनंदमय सोहळ्याचे प्रमुख पाहुणे माननीय......., अध्यक्ष..... व उपस्थित बंधुभगिनींनो. अमेरिकेत जेव्हा केवळ 'सज्जनहो' एवढेच म्हणण्याची प्रथा होती तेव्हा राष्ट्रसंत विवेकानंदांनी 'बंधुभगिनींनो' हे शब्द उच्चारले व टाळ्यांचा कडकडाट झाला. केवळ संबोधनालाही केवढे महत्त्व आहे हे यावरून लक्षात येईल. संबोधताना त्या अध्यक्षांच्या किंवा प्रमुख पाहुण्यांच्या कर्तृत्वाचा उल्लेख करूनही संबोधन आकर्षक करता येते. एखादी व्यक्ती उद्योगधंद्यात अग्रेसर असेल, तर 'करवीर नगरीमध्ये औद्योगिक यशाची पताका फडकवणारे आजच्या समारंभाचे प्रमुख पाहुणे माननीय श्री....' असे म्हणता येईल. व्यासपीठावरील उपस्थितांची अशी इच्छा असते की, त्यांचे नाव उच्चारले जावे. ते ऐकण्यासाठी ते उत्सुक असतात. प्रास्ताविक भाषण करणाऱ्या व्यक्तींनी व्यासपीठावर कोणकोण उपस्थित आहेत हे आवर्जून सांगावे. त्यामुळे प्रेक्षकांमध्ये 'ते चष्मेवाले कोण,' 'त्यांच्या बाजूचे टोपीवाले कोण?' अशी एकमेकांत विचारणा होत नाही. माजी उपपंतप्रधान यशवंतराव चव्हाण यांचे साताऱ्ला गांधी मैदानावर झालेले व्याख्यान मी ऐकले आहे. ते व्यासपीठावरील सर्व व्यक्तींचा आवर्जून उल्लेख करीत. इतकेच काय, समोरील प्रेक्षकांत महत्त्वाच्या व्यक्ती असल्या, तर त्यांचाही उल्लेख करीत. ज्यांच्या नावाचा उल्लेख होई, त्यांना 'साहेबांनी आपले नाव घेतले' याचा आनंद होई. 'यांचा उल्लेख साहेबांनी केला. हेही महत्त्वाचे आहेत' हे लोकांच्या लक्षात येई. राजकीय सभांत किंवा जिथे अन्य पदाधिकाऱ्यांची मर्जी सांभाळायची आहे, तिथे संबोधन हे लांबले तरी आवश्यक ठरते.

कार्यक्रमात बरेच व्याख्याते असल्यास मात्र संबोधनाची लांबलचक आगगाडी प्रत्येक वक्त्याने न चालवलेली बरी. या असल्या आगगाडीच्या प्रवासाला श्रोते लवकरच कंटाळतात व मनामध्ये 'हे पुरे झाले, पुढचे बोला' असे म्हणतात. एक महत्त्वाची गोष्ट म्हणजे व्यासपीठावरील लोकांची नावे उच्चारायची असतील, तर ती नीट समजून घेणे चांगले. तिथे ती चुकीची, अर्धवट, वेगळ्याच उच्चारात म्हणणे अगदी चुकीचे. काही जण तर तिथेच विचारतात, हे बरोबर नाही. जास्त नावे असल्यास ती लिहून घेतलेली बरी. कला, नाट्य इ. कार्यक्रमांत श्रोत्यांना 'रसिक श्रोतेजन हो' असे अर्थपूर्ण संबोधावे.

संबोधन हे उच्चारायचे म्हणून उच्चारलेले शब्द नव्हेत. सभेच्या सुरुवातीचा केवळ तांत्रिक उपचार नव्हे. संबोधन हेही लोकांना ऐकण्यासाठी असते.

आकर्षक सुरुवात

पुण्याच्या बालगंधर्व मंदिरात साहित्यिक ना. सी. फडके यांच्या सत्कारसमारंभास भरपूर गर्दी झाली होती. नाट्यमंदिर पुरेपूर भरल्याने लोक बाहेर नाट्य मंदिराच्या परिसरात उभे होते. दिसत जरी नसले, तरी ध्वनिवर्धकाच्या व्यवस्थेमुळे बाहेरही ऐकू येत होते. श्री. ना. सी. फडके व अन्य वक्त्यांची भाषणे झाली. त्यानंतर आचार्य अत्रे भाषणास उभे राहिले. ते म्हणाले, 'अध्यक्ष महोदय, नाट्यगृहातील व नाट्यगृहाबाहेरील हजारो रसिकजन हो' या वाक्याबरोबर बाहेरील हजारो लोकांनी टाळ्यांचा कडकडाट केला. 'Well begun is half done' या उक्तीप्रमाणे पहिलेच वाक्य महत्त्वाचे. तेव्हा संबोधन किती लांब ठेवायचे हे त्या सभेवर अवलंबून आहे. व्यासपीठावरील सर्व व्यक्तींचा परिचय श्रोत्यांना झाला असेल, तर केवळ 'अध्यक्ष महोदय व श्रोतेजनहो' एवढेसुद्धा पुरेसे आहे.

स्वतःला कमी लेखू नका

संबोधनानंतर 'मी आज प्रथमच बोलण्याचा प्रयत्न करित आहे, तेव्हा आपण सर्वांनी माझ्या चुका माफ कराव्यात व माझे भाषण गोड मानून घ्यावे. आपण सर्व जण माझे चार शब्द शांत चित्ताने ऐकाल अशी मला आशा आहे' असे किंवा यापैकी कोणतेही वाक्य म्हणू नये. तुम्ही प्रथमच बोलायला उभे असाल, पण श्रोते इतर चांगले कार्यक्रम सोडून, अगदी दूरदर्शनवर चांगली मालिका असतानाही तुमच्या व्याख्यानास आलेत ते तुम्हांला व्याख्यानाचे प्रशिक्षण मिळण्यास श्रोते हवेत म्हणून नाही. असली वाक्ये उच्चारणे म्हणजे आपला आत्मविश्वास कमी झाल्याचे द्योतक आहे.

एक वक्ता तर म्हणाला, 'माझे शिक्षण झालेले नाही; माझे वाचनही नाही; माझा या क्षेत्रातील अनुभव अगदीच कमी, तेव्हा तुम्ही मला सांभाळून घ्यावे. आजच्या कार्यक्रमाचे पाहुणे हे खूप शिकलेले आहेत (आहात ना, असे त्याने या पाहुण्यांना व्यासपीठावरच विचारले) त्यांचे भाषण ऐकायला आपण आला आहात. तेव्हा मी आपल्यासमोर काय बोलणार? तरीही मी चार मोडकेतोडके शब्द सांगण्याचा प्रयत्न करतो.' अशा वेळी श्रोते मनात म्हणणार, 'मग तुम्ही बोलायला

उभेच का राहिलात?' काही वक्ते तर आपल्याला वाचायला पुस्तकेच मिळाली नाहीत, तयारी करण्यास अपुरा वेळ मिळाला अशी दुबळी कारणेही सांगत बसतात. असल्या स्वत:ला कमी लेखणाऱ्या कोणत्याही विधानांचा उल्लेख अजिबात करू नका. तयारी कदाचित कमीही झाली असेल; पण तसे सांगू तरी नका. असेल त्या तयारीचा आता पूर्ण उपयोग करून व्याख्यान प्रभावीच करायचे असा विश्वास मनाशी बाळगून पूर्वनियोजित सुरुवात करा.

भाषाभिमान फार प्रखर असतो

पुण्याला टिळक स्मारक मंदिरात एप्रिल ८७ मध्ये लायन्स क्लबचे प्रांतीय अधिवेशन भरले होते. एका सन्माननीय वक्त्याने भाषणास सुरुवात करताना समोरील हजारो श्रोत्यांना विचारले, ‘मी इंग्रजीत बोलू का मराठीत?’ काही लोक ‘इंग्रजी,’ काही लोक ‘मराठी’ तर काही लोक ‘हिंदी’ असे ओरडू लागले. आता कोणत्याही भाषेत तो वक्ता बोलला, तरी काहींना आपल्या सूचनेचा अव्हेर केल्याची जाणीव राहणारच. मातृभाषाप्रेम हे फारच भावनाप्रधान असते. तेव्हा असा प्रश्न श्रोत्यांना जाहिरपणे न विचारणेच चांगले. भाषामाध्यम काय असावे हे संयोजकांना आधीच विचारून ठेवावे. श्रोते बहुभाषिक असतील, तर अधूनमधून विविध भाषांचा उपयोग केला तरी चालेल. मागे उल्लेखलेल्या भाषणात मधूनच एखादा ‘मराठीत बोला’ असे ओरडून व्याख्यानातील विचारमालिका तोडण्याची शक्यता असते. त्यानंतर वरील अधिवेशनात लायन्स क्लबचे आंतरराष्ट्रीय पदाधिकारी पुण्याचे श्री. प्रेमचंदजी बाफना बोलायला उभे राहिले व त्यांनी श्रोत्यांचा नूर ओळखून पहिले वाक्य मराठीत उच्चारले व टाळ्यांचा कडकडाट झाला. लोकांना भाषेचा आदर हवा असतो. मुंबईत मा. अटलबिहारी वाजपेयींचे व्याख्यान झाले होते, तेव्हा त्यांनी पहिले एक वाक्य मराठीत बोलून श्रोत्यांची मने जिंकली व मग संपूर्ण व्याख्यान हिंदीत दिले.

अघळपघळ गप्पा नकोत

आज वास्तविक मला बरीच आमंत्रणे होती, तरीही संयोजकांचा आग्रह झाला म्हणून मी आज आलो किंवा संयोजक माझ्याकडेच कसे आले, ते काय म्हणाले, त्या वेळी घरी मी काय करीत होतो, मग व्याख्यान कसे ठरले हे असले अनावश्यक असे काहीही न बोलणे उत्तम.

संबोधनानंतर श्रोत्यांचे चित्त आकर्षून घेण्यासाठी एखाद्या लहान कथेने, उदाहरणांनी, काव्यपंक्तींनी, म्हणींनी, प्रश्नार्थक वाक्याने सुरुवात करावी, म्हणजे आता ‘पुढे काय’ ही उत्सुकता जागृत राहते. आचार्य अत्रे यांनी म्हटलंय की, वैयक्तिक

पातळीपेक्षा सभागृहाची पातळी फारच खालची असते. व्यक्तीच्या वयापेक्षा गर्दीचे वय हे कमी असते. चारचौघांत सांगितलेली कथा किंवा विनोद हजारोंपुढे सांगितल्यावर अधिक खुलतो. तेव्हा व्याख्यानाच्या सुरुवातीस श्रोत्यांना एकदा खळखळून हसायला लावलेत की, मग ते पुढचे सारे ऐकण्याच्या मन:स्थितीत राहतात.

सुरुवातीस श्रोत्यांना काबीज करा

कॉलेज विद्यार्थ्यांपुढे आचार्य अत्रे यांचे व्याख्यान होते. मुलांनी व्याख्यानात मजा करायची म्हणून सुरुवातीसच रुईच्या म्हाताऱ्या फुंकून उडवायला सुरुवात केली. त्या म्हाताऱ्या पकडायला काही व्रात्य मुले धावू लागली. तेव्हा अत्रे म्हणाले, 'इथं इतक्या तरुणी असताना तरुणांनी म्हाताऱ्यांच्या मागे का लागावे हे कळत नाही.' तेव्हा प्रचंड हशा होऊन व्याख्यानाची सुरुवातच जोरदार झाली. काही लोक म्हणत, अत्रे अश्लील बोलतात. त्यालाही अत्र्यांनी चांगलं उत्तर दिलंय. ते म्हणाले, 'मी लुंगी नेसून वरच्या मजल्यावर गच्चीत उभा होतो. तुम्ही खालून चालला होता. वर पाहून म्हणालात 'अश्लील! अश्लील!!' मी म्हणतो तुमची एखाद्या गोष्टीकडे पाहण्याची पातळीच खालची आहे. तुम्ही माझ्या पातळीवर येऊन पाहा. ते तुम्हांला अश्लील वाटणार नाही.' पुण्यात एका सभेत काकासाहेब गाडगिळांनी अत्रे अतिशयोक्तीने बोलतात अशी टीका केली होती. अत्रे सभेत बोलायला उभे राहिल्यावर 'बॅरिस्टर विठ्ठलराव गाडगीळ हे काकासाहेब गाडगिळांचे सुपुत्र आहेत' असे म्हणाले व क्षणभर थांबून म्हणाले, 'यात काही अतिशयोक्ती आहे का?' यावर प्रचंड हशा पिकला.

मी अत्र्यांची भाषणे ऐकलीत, वाचलीत. पण हल्ली कित्येक विनोद किंवा किस्से हे अत्र्यांच्या नावाने सांगितले जातात. त्यातले खरे अत्र्यांचे कोणते व अन्य कोणते हे ओळखणे अवघड. पण अत्र्यांचा जमानाच असा लोकप्रिय होता की, त्यांच्या नावाचा वापर करून विनोदाची लज्जत आजही वाढते. लोणावळ्याची चिक्की, नाशिकचा चिवडा, नागपूरची संत्री, पुण्याच्या चितळ्यांची बाकरवडी, साताऱचा कंदी पेढा, बेळगावचा कुंदा तसा अत्र्यांचा विनोद हे मराठी मनात वसलेले समीकरण आहे. सातारा येथे १९६२मध्ये साहित्य संमेलन भरले होते. अश्लील साहित्य कोणते यावर परिसंवाद होता. काही वक्ते बोलल्यावर श्री. के. क्षीरसागर बोलायला उभे राहिले. तेव्हा अत्रे म्हणाले, 'बोलण्याचा माझा नंबर आहे.' शेवटी अध्यक्षस्थानी असलेल्या काकासाहेब गाडगिळांनी क्षीरसागरांना बोलायला सांगितले. क्षीरसागरांनी एका प्रसंगाचे वर्णन केले. स्नानगृहात स्त्री स्नान करते आहे. तिने दार पूर्ण बंद केलेले नाही. तिच्या दृष्टीने ते अश्लील नाही, पाहणाऱ्याच्या दृष्टीने अश्लील आहे, असा काहीसा मुद्दा मांडला होता. अत्रे बोलायला उभे राहिले व

माईकची उंची वाढवली गेली. ते म्हणाले की, 'क्षीरसागरांच्या घरासमोरील बाई दार न लावता अंघोळ करते; पण क्षीरसागरांनी या वयात तरी त्या स्त्रीकडे चोरून पाहू नये व स्वत:च्या घराचे दार पूर्ण बंद करून घ्यावे.' (प्रचंड हशा) अशा तऱ्हेने त्यांनी पहिल्याच वाक्यात क्षीरसागरांचा पाडाव केला.

व्याख्यानाच्या सुरुवातीसच जबरदस्त हशा निर्माण करणारे म्हणून आचार्य अत्रे परिचित होते. ही उदाहरणे म्हणून वाचायची. अत्रे यांची पद्धत त्यांनाच साजेशी होती. बाकीच्यांनी जसेच्या तसे अनुकरण करणे चुकीचे. तात्पर्य काय तर व्याख्यानाची सुरुवात चित्तवेधक हवी.

जेवणानंतरचे भाषण

एखाद्या प्रशिक्षण केंद्रात किंवा अधिवेशनात जर तुम्हांला व्याख्यानास बोलावले असेल व प्रतिनिधींच्या भोजनानंतरचे ते सत्र असेल तर तुमची कसोटीची वेळ आहे समजा. ओल्या पीचवर बॅटिंग करण्यासारखे ते अवघड काम आहे. जेवल्यावर माणसाची श्रवणशक्ती कमी झालेली असते. बँक ऑफ महाराष्ट्रच्या नागपूर येथील प्रशिक्षण केंद्रात मी प्रशिक्षक होतो. दुपारी १ ते २ वेळात प्रशिक्षणार्थी यथेच्छ जेवून आल्यावर त्यांच्यापुढे मी बोलायला उभा राहिलो व म्हटले, 'जेवणानंतरची वेळ आहे. झोप आल्यास झोपा; पण कृपा करून घोरू नका. कारण त्यामुळे इतरांची झोपमोड होते.' या वाक्यानंतरच्या हशामुळे पेंगुळलेले वातावरण सजग झाले, पुढचे भाषण ऐकायला लोक आतुर झाले.

एकदा जेवणानंतरच्या भाषणात सुरुवातीस मी एक म्हण सांगितली,

ज्याची त्याला जाग नाही

शेजाऱ्याला झोप नाही

या म्हणीचा अर्थ विचारला.

उत्तर आहे - 'घोरणे'. नंतर म्हटले हा प्रकार आपण करणार नाही याची खातरी आहे.

एप्रिल ८७ मध्ये बँक ऑफ महाराष्ट्र, स्टाफ कॉलेज, पुणे येथे बँक ऑफ बरोडाचे माजी जनरल मॅनेजर एल. बी. भिडे जेवणानंतरच्या सत्रास सुरुवात करताना म्हणाले, 'एकदा एका संसदीय सदस्याला स्वप्नात असे दिसले की, तो भाषण करतोय. तो जागा झाला, तर तो खरोखरच भाषण करीत होता! असा झोपाळू प्रकार येथे होणार नाही ही अपेक्षा.' या वाक्यावरच्या हशाने सगळे एकदम जागरूक झाले. त्यांनीच सांगितलेले आणखी एक उदाहरण म्हणजे, डोळ्यांची उघडझाप करणारी बाहुली बसलेली असते, तेव्हा डोळे उघडे ठेवते व आडवी केली की डोळे मिटते. पण बसलेली असताना डोळे मिटतात ती फक्त जिवंत माणसेच

व याचे प्रात्यक्षिक जेवणानंतरच्या भाषणाच्या वेळी पाहायला मिळायची शक्यता आहे!' अशा समयोचित विधानाने श्रोत्यांची मने ताजीतवानी होतात व ते भाषण ऐकण्याच्या मन:स्थितीत येतात.

प्रशिक्षणात संयोजक जेवणानंतरच्या वेळात एखादी घटना व त्यातील प्रश्न नमूद केलेत अशी Case Study म्हणून प्रती वाटतात. त्या वाचून त्यावर मुद्दे काढायला प्रशिक्षणार्थींना सांगितले जायचे. प्रत्येक जण त्यामधील घटना समजून घेण्याचा प्रयत्न करतो. मग झोपण्याचा संभवच नाही. मी प्रशिक्षक असताना असे काही देऊन आल्यावर माझे सहकारी चेष्टेने म्हणत, 'काय कडबा टाकून आला काय?' दुसरा प्रकार म्हणजे ५-६ जणांचा एक असे ७-८ गट करून त्यांना त्याविषयीचे त्यांचे प्रश्न व संभाव्य उत्तरे तयार करायला सांगायची व प्रत्येक गटामधून एक-एक नेता पुढे येऊन त्याच्या गटाची मते सांगेल व त्याचा समारोप प्रशिक्षकाने करायचा, लहान गटापुढे बोलत असल्यास प्रश्नोत्तरे घेता आली तर उत्तमच! सारांशाने सांगायचे, तर श्रोत्यांचा सहभाग महत्त्वाचा!

शिक्षकावर पोवाडा

आदरणीय भाऊसाहेब खांडेकरांना ज्ञानपीठ पारितोषिक मिळाल्याबद्दल कोल्हापूरच्या खासबाग मैदानात त्यांचा जाहीर सत्कार आयोजित केला होता. श्री. यशवंतराव चव्हाण, स्वामीकार रणजित देसाई वगैरेंची व्याख्याने झाली. त्या दिवशी सर्वांत उत्तम भाषण झाले ते यशवंतराव चव्हाणांचे. भाऊसाहेब शिरोड्यास शिक्षक असताना कोणत्या अंकात कोणते लेख लिहीत तिथपासून दोन ध्रुव, ययातीपर्यंत सर्व लेखनाचा अतिशय अभ्यासपूर्ण व मार्मिक असा आढावा यशवंतरावांनी घेतला व ते म्हणाले की, 'भाऊसाहेबांना ययाती कादंबरीबद्दल ज्ञानपीठ पारितोषिक मिळाले असे सांगितले जात असले तरी हे पारितोषिक प्रथमपासून आजपर्यंतच्या लिखाणाला आहे. त्यांची सर्वोत्कृष्ट कादंबरी खरी 'दोन ध्रुव' हीच असून, चक्रवाढ परिणाम म्हणून ययातीच्या वेळी हे पारितोषिक जाहीर झाले.' त्यांच्या भाषणांनंतर सत्कारादाखल उत्तर म्हणून भाऊसाहेब बोलले, तेव्हा प्रथमच त्यांनी स्वागतगीताच्या वेळी पिराजीराव सरनाईक व मंडळींनी गाईलेल्या त्यांच्यावरच्या पोवाड्याचा उल्लेख करून सभा जिंकली. ते म्हणाले, 'शिरोड्यास शिक्षक असताना अनेक शूरांचे पोवाडे मी शिकवले, पण मी स्वत:च पोवाड्याचा विषय होईन असे कधी वाटले नव्हते.' सुरुवातीसच हास्याची सुरेख लाट श्रोत्यांमध्ये उमटली व श्रोते पुढील व्याख्यान ऐकायला आतुर झाले.

कथेने सुरुवात

सातारला विश्वेश्वर मंदिर येथे पुण्याचे प्रा. शरद वाघ यांचे व्याख्यान होते.

सुरुवातच त्यांनी एका कथेने केली.

'एका शाळेत इन्स्पेक्शन होते. आता इन्स्पेक्शन असले की, शिक्षक आधी शिकवलेलाच सोपा धडा पुन्हा इन्स्पेक्शनच्या दिवशी घेतात. म्हणजे मुलांकडून नीट उत्तरे येऊ शकतात. शाळा सुरेखपैकी सजवली जाते. त्या इन्स्पेक्शनच्या दिवशीच त्या गावात क्रिकेटची मॅच होती. एका विद्यार्थ्याला त्या मॅचला जायचे होते. वर्गात त्याचा प्रथम क्रमांक होता. त्याने त्याच्या वर्गमित्राला सांगितले की, इन्स्पेक्टर आपल्या वर्गावर आले आणि त्यांनी पहिला नंबर कुणाचा आहे विचारले, तर तू उभा राहा. मी क्रिकेट मॅचला जाणार आहे. इन्स्पेक्शनच्या दिवशी इन्स्पेक्टर त्याच वर्गावर आले. त्यांनी एक सोपा प्रश्न फळ्यावर लिहिला व विचारले की, पहिला नंबर कुणाचा आहे? त्याने उभे राहावे व या प्रश्नाचे उत्तर द्यावे. हा दुसरा मुलगा उभा राहिला. त्याला उत्तर देता आले नाही. तो म्हणाला, 'सर, मला माफ करा. खरा ज्याचा पहिला नंबर आहे तो क्रिकेट मॅचला गेलाय. (हशा) त्याने मला सांगितलं म्हणून मी उभा आहे.'

हे ऐकल्यावर इन्स्पेक्टरसाहेबांनी वर्गशिक्षकांना विचारले की, 'या विद्यार्थ्याचा प्रथम क्रमांक नाही हे तुमच्या लक्षात कसे आले नाही?' तेव्हा त्या वर्गशिक्षकाने सांगितले की, खरे शिक्षक क्रिकेट मॅचला गेलेत. (हशा) त्यांनी मला या वर्गावर जायला सांगितले.' तेव्हा इन्स्पेक्टर महोदयांचा राग अनावर झाला व ते म्हणाले, 'आज जर खरे इन्स्पेक्टर येथे आले असते (हशाच हशा) तर त्यांनी तुम्हांला काढूनच टाकलं असतं. ते क्रिकेट मॅचला गेलेत.' या उदाहरणाने आजची शिक्षणपद्धती कशा प्रकारची आहे हे त्यांनी मार्मिकपणे पटवून दिले व लोकांनाही पुढील व्याख्यान ऐकण्यासाठी आतुर बनवून ठेवले. जिथे हास्य निर्माण होई, तिथे हास्य विरेपर्यंत ते थांबून राहत. त्यामुळे एकही वाक्य वाया जात नसे.

व्याख्यानाचे तंत्र व मंत्र या दोहोंचा सुरेख संगम म्हणजे प्रा. शरद वाघ यांचे व्याख्यान होय.

राजकीय सभेतील सुरुवात

समाजवादी नेते कै. राजनारायण यांनी १९७५ मध्ये पंतप्रधान कै. इंदिरा गांधींवरील अलाहाबाद हायकोर्टातील खटला जिंकला. नंतर अणीबाणी लागू झाली. अनेकांना तुरुंगवास भोगावा लागला व मार्च १९७७ मध्ये लोकसभेच्या निवडणुका झाल्या. या निवडणूक प्रचाराच्या सभेत राजनारायण यांनी सुरुवातीस लोकांना आवाहन केले की, लोकांनी चपलांनी राजनारायण यांना आत्ता इथे मारावे. हे चमत्कारिक निवेदन ऐकून लोक 'असे का?' हे ऐकण्यासाठी उत्सुक होऊन बसले. त्यावर राजनारायण म्हणाले, 'मी इंदिरा गांधींवरील खटला जिंकला,

त्यामुळे अणीबाणी आली, त्यामुळे लोकांना तुरुंगवास भोगावा लागला. त्यांच्या कुटुंबीयांना हालअपेष्टेमध्ये दिवस काढावे लागले. या सर्व परिस्थितीस मीच जबाबदार आहे. तेव्हा आपल्या पादत्राणाने मला मारा.' केवढी जबरदस्त सुरुवात! ही सर्व उदाहरणे अभ्यासायचीच, पण अंधानुकरण करणे धोक्याचे!

फसलेली सुरुवात

बँकिंग सर्व्हिस रिक्रूटमेंट बोर्डकडे नंदुरबार भागातील अनुसूचित जमातींकडून फारसे अर्ज येत नसत. त्या भागात श्री. पी. डी. दलाल हे चार्टर्ड अकौंटंट सामाजिक मंडळावरही कार्यरत होते. त्यांनी नंदुरबार भागातील वारली मुलांना बँकेत नोकऱ्या मिळाव्यात म्हणून प्रशिक्षण द्यायचे ठरविले. मी प्रशिक्षक म्हणून गेलो होतो. स्वातंत्र्यलढ्यात हौतात्म्य पत्करलेली शिरीषकुमार व अन्य बालके यांच्यामुळे नंदुरबारचे नाव मला माहीत होते. मी तिथे पोहोचल्यावर हुतात्मा स्तंभाचे मनोभावे दर्शन घेतले व मुलांना शिकवायला गेलो. गावात विविध संस्थांना एकलव्याची नावे दिलेली दिसत होती. हुतात्मा शिरीषकुमार हे नाव मनात घोळत असल्याने मी व्याख्यानास सुरुवात करताना मुलांना प्रश्न विचारला, 'नंदुरबार कशाबद्दल प्रसिद्ध आहे?' मला उत्तर अपेक्षित होते, 'शिरीषकुमार' किंवा 'एकलव्य.' पण उत्तर आले, 'एस.एस.सी.ला सामूहिक कॉपी केल्याबद्दल!' या उत्तराने क्षणभर मी गडबडलोच. अशीही सुरुवात फसू शकते. मग आपले मी म्हटले, 'हा झाला वाईट भाग. इतिहासात चांगले नमूद करण्यासारखे येथे काय घडले?' असे विचारून गाडी कशीबशी रुळावर आणली. दुसरी एक गोष्ट नंदुरबारला शिकलोय, ती म्हणजे आदिवासी मुलांना नेहमीच्या साध्या आवाजात बोललेले कमी कळायचे व ओरडून बोलले की, त्यांना नीट समजायचे. प्रश्नाने केलेली सुरुवात तिथे फसली म्हणून प्रश्नाने सुरुवात करू नये असे नव्हे. ज्याप्रमाणे अपघात होण्याची शक्यता असली, तरी वाहने चालवायचे कुणी थांबत नाही; तसेच एखाद्या वेळी प्रश्नाने केलेली सुरुवात फसली म्हणजे ते तंत्र चुकीचे नव्हे. जागतिक क्रिकेटवीर सुनील गावस्करही एखाद्या वेळी शून्यावर बाद होतो म्हणून त्याने घेतलेला पवित्रा कायम चुकीचा होत नाही.

परिचयातूनच सुरुवात

माजी लेबर कमिशनर श्री. श्यामकांत गोखले यांचा उत्कृष्ट वक्ते म्हणून पुण्यात चांगलाच नावलौकिक आहे. त्यांचा परिचय करून दिल्यावर ते व्याख्यानास उठल्यावर त्या परिचयाचाच उल्लेख करून व्याख्यान सुरू करीत. ते म्हणाले, 'पाहुण्यांचा परिचय म्हणजे काय तर त्याचे जे-जे वाईट गुण आहेत, ते वगळायचे

व चांगले आहेत ते अधिक चांगले करून सांगायचे. 'Religion of introduction-Maximise the virtues. Minimise the vices.' ही व्याख्या ऐकून लोकांमध्ये स्मितहास्यरेषा उमटायची. ओळखीवरील ही मजा रंगवायला ते म्हणाले, 'बर्नार्ड शॉने म्हटले आहे, 'Introduction is one lie which is not a lie.' हे सारे लक्षात घेऊन माझ्या ओळखीकडे पाहा.'

एका वक्त्याचा परिचय करून दिल्यानंतर तो बोलायला उभा राहिला. तेव्हा तो म्हणाला, 'कोणत्याही व्यक्तीबद्दल दोन वेळा जास्तीत जास्त चांगले बोलले जाते. त्याच्याजवळ असतील-नसतील ते सारे गुण विविध शब्दांची पखरण करून वर्णन केले जातात. स्तुतिसुमनांचा अगदी वर्षाव होतो. हे दोन प्रसंग म्हणजे एक तो वारल्यावर व दुसरा त्याचा व्याख्यानापूर्वी परिचय करून देताना. आज माझ्याबद्दल सांगितलेल्या गोष्टींकडे थोडे या दृष्टीनेही पाहा.' अशी खुसखुशीत सुरुवात करून मग तो मुख्य विषयाकडे वळला. यामुळे लोक पुढील शब्द ऐकण्यासाठी आतुर झाले.

पहिले मिनीट महत्त्वाचे

अमरावती येथे कामगार कल्याण मंडळातर्फे कविसंमेलन आयोजित केले होते. कार्यक्रमाचे संचालन करणारे स्टेट बँकेतील होते, तर अध्यक्ष म्हणून मी बँक ऑफ महाराष्ट्रमधला होतो. वातावरण हसरे करावे म्हणून कार्यक्रम सुरू करतानाच मी म्हटले, 'बँकेतल्या लोकांना कविसंमेलनाला का बोलावलेय कळत नाही. कारण बँकेतले लोक आकडेमोड करणारे, रूक्ष जीवन जगणारे. बँकेतल्या एका ऑफिसरचे नुकतेच लग्न झालेले होते. वीस-पंचवीस दिवस झाले असतील नसतील. तेवढ्यात विभागीय अधिकाऱ्याने त्या ऑफिसरला खेड्यातल्या शाखेत तीन आठवड्यांसाठी शाखा व्यवस्थापक म्हणून जायला सांगितले. जायची तयारी झाली. खेड्यात राहण्याची नीट सोय नाही म्हणून तो ऑफिसर एकटाच जाणार होता. पतिपत्नींनी ठरवले की, सारखी एकमेकांना पत्रे पाठवायची. ऑफिसर खेड्यात गेला. दुसऱ्या दिवसापासूनच पत्नी एकसारखी पत्रे पाठवायला लागली. पण पतिराजांकडून काहीच उत्तर येईना. शेवटी पतिराज तीन आठवड्यांच्या दीर्घ कालावधीनंतर घरी परतल्यावर तिने विचारले, 'आपलं काय ठरलं होतं? सारखी पत्रं पाठवायची. मी चार पत्रं पाठविली. पण तुमचं एकालाही उत्तर आलं नाही.' तेव्हा पतिराज म्हणाले, 'पत्रं मिळाली, पण त्यांच्यावरील सही नमुन्याच्या सहीसारखी नव्हती.' हे असे रूक्ष बँकर केव्हा केव्हा बँकेत गमतीजमतीही करतात हं! एक सुंदर स्त्री बँकेत यायची. ती आल्यावर मग स्टाफमध्ये मजेदार कॉमेंट्स् चालायच्या. ती आल्यावर 'चेक आला' असा परवलीचा शब्द वापरला जायचा. कुणीतरी त्या

बाईला हे सांगितले. ती बँकेत आल्यावर एक कर्मचारी म्हणाला, 'चेक आला रे!' त्यावर त्या बाईने आपले मंगळसूत्र दाखवून त्याला म्हटले, 'हा अकाऊंट पेई आहे हं!' या दोन उदाहरणांनी पुढील कविसंमेलनात सुरेख वातावरण निर्माण झाले.

भारतीय विद्याभवन, नागपूर या संस्थेने बँकेतल्या चेकसंबंधी विद्यार्थ्यांना माहिती द्यायला मला बोलावले होते. वास्तविक हा तसा रूक्ष विषय. मी सुरुवात केली, 'इंग्लंडमध्ये एकदा एका वकिलाने गाईच्या अंगावर लिहिले, Pay 5 pounds to bearer आणि ती गाय बँकेत आणून उभी केली. चेक म्हणजे खातेदाराने बँकेला दिलेला रक्कम देण्याबाबतचा आदेश. तेव्हा मॅनेजरपुढे प्रश्न पडला की, आता हा आदेश मानायचा का? या चमत्कृतिपूर्ण उदाहरणामुळे श्रोत्यांना आकर्षून घेणे सहज शक्य झाले.

पुण्यात बँक अधिकाऱ्यांपुढे मी बोलायला उभा राहिलो. माझ्यापेक्षा अनुभवाने वरिष्ठ अशी मंडळी श्रोत्यांमध्ये होती. सुरुवातीसच त्यांना मान द्यायचा हे ठरवून मी म्हणालो, 'इंग्रज विद्वान शॉ यांना सारखेच व्याख्यानाला जावे लागायचे. त्यांचा ड्रायव्हर त्यांना व्याख्यानाच्या ठिकाणी घेऊन जायचा व व्याख्यान सुरू झाल्यावर तोही मागच्या बाजूला ऐकत बसायचा. एक दिवस शॉसाहेब त्यांच्या ड्रायव्हरला म्हणाले, 'तू माझी इतकी व्याख्याने ऐकलीस, तेव्हा ती तुला आता पाठ झालीत. आज तू माझा पोषाख घाल व मी तुझा घालतो. तू व्याख्यान द्यायला लाग, मी मागल्या बाकावर बसतो.' तेव्हा ड्रायव्हर म्हणाला, 'मला जर कुणी काही प्रश्न विचारला तर?'

'तर काय, लगेच म्हणायचं, 'इतका सोपा प्रश्न? माझा ड्रायव्हरसुद्धा या प्रश्नाचे सहज उत्तर देईल.' मग मी उत्तर सांगेन.' शॉ म्हणाले.

'आज मला काही अडचण भासली, तर मी माझ्याहून जास्त अनुभवी लोक श्रोत्यांत आहेत त्यांना विचारीन. तेव्हा मला कसलीच काळजी नाही.' असे म्हटल्यावर श्रोत्यांनाही हा आपल्यापेक्षा लहान. हा काय सांगणार? असे वाटणार नाही याची खातरी पटली व ते ऐकण्याच्या मूडमध्ये आले.

बेदाण्यांचा लाडू नको

पहिल्या मिनिटातच लोकांना आकर्षून घेतले पाहिजे. सुरुवातीसच श्रोत्यांवर पकड बसली पाहिजे. यासाठी विनोदी उदाहरणाचा वापर करता येतो. पण कोणतेही उदाहरण हे व्याख्यानाच्या विषयाशी बेमालूम जोडता आले पाहिजे. ते उदाहरण त्या वेळच्या विवेचनामध्ये चपखल बसले पाहिजे. नाही तर व्याख्यान हाच एक विनोद व्हायचा. सांगितलेला किस्सा हा बेजोड होता कामा नये, तर तो व्याख्यान विषयात समरस झालेला असावा. विनोदासाठी विनोद योग्य नव्हे, तर विषय मांडणीमध्ये

आकर्षकता आणण्यासाठी त्याचा उपयोग व्हावा. चिवड्यामध्ये डाळ व शेंगदाणे असतात, त्यामुळे चिवडा चविष्ट होतो; पण डाळ व शेंगदाणेच भरपूर झाले व चिवड्यातील पोहेच कमी असतील, तर चिवड्याची चव बिघडेल. व्याख्यानाचेही तसेच आहे. विनोद असावा, एखादी गोष्ट सांगून लोकांची उत्सुकता वाढवावी, एखादी घडलेली हकिकत सांगून लोकांचे मन आकर्षून घ्यावे, सुरुवातीस प्रश्न विचारून श्रोत्यांना विचार करण्यास भाग पाडावे, सुविचाराचा वापर करावा. या साऱ्यांनी व्याख्यानाची सुरुवात चित्ताकर्षक करता येते, पण विचाराच्या पोह्यांमध्ये हे शेंगदाण्यांप्रमाणे पसरलेले असावे. खमंग बेसनाच्या लाडवामध्ये बेदाणा खुलून दिसतो व चवीला त्याहून सुंदर लागतो. व्याख्यानातही उदाहरण खुलून दिसते; पण केवळ उदाहरणेच उदाहरणे, विनोदच विनोद, घटनाच घटना यांचा मारा चालू ठेवल्यास मुख्य विषय खुलणार नाही. भरमसाट बेदाणे वापरून बेसनाचा लाडू चांगला होणार नाही.

साऱ्यांचे डोळे तुमच्याकडे

व्यासपीठावरील वक्त्याची बारीकसारीक हालचालही प्रेक्षकांच्या चटकन नजरेत येते. वक्ता आता बोलायला सुरुवात करतोय म्हटल्यावर तर सारे जण उत्कटतेने त्याच्याकडे पाहू लागतात. एखादा महत्त्वाचा प्रसंग टिपताना दूरदर्शनचे कॅमेरे जसे रोखून तयार असतात, तसेच प्रेक्षकांचे डोळे हे वक्त्याकडे बारकाईने पाहायला लागतात. एखादी वस्तू भिंगातून पाहिल्यावर तिचे सूक्ष्मतेने अवलोकन करता येते, तद्वतच व्यासपीठावरील हालचाल श्रोत्यांना भिंगातून पाहिल्याप्रमाणे स्पष्ट रूपाने दिसायला लागते. वक्त्याला एकदा का 'लोक आपल्याला आणि आपल्यालाच पाहताहेत' हे जाणवले, तर तो नको त्या हालचाली करायला लागतो. नवशिक्या वक्त्याच्या बाबतीत तर हे हमखास घडते.

वक्त्याच्या कसरती

मी एकदा बाटाच्या दुकानात बूट खरेदी करण्यासाठी बसलो होतो. त्याच वेळी तिथे दुसऱ्या एका ग्राहकाने नवीन चपला खरेदी केल्या होत्या. त्या घालून तो चालायला लागला. गुळगुळीतपणामुळे तो जोरात घसरला. दुकानातच दोऱ्याचे रीळ टांगलेले होते. नवीन पादत्राणे विकल्यावर ती बांधण्यासाठी त्या रिळातून दोरा लोंबत होता. या घसरणाऱ्या ग्राहकाने आधार म्हणून पटकन तो दोराच पकडला.

हातात दोरा लोंबत होता. या घसरणाऱ्या ग्राहकाने आधार म्हणून पटकन तो दोराच पकडला. हातात दोरा धरून तो पडला. रीळ वेगाने सुटे झाले. संकटाच्या वेळी मिळेल तो आधार माणसास हवा असतो. भीती वाटते, तेव्हा लहान मूलही लगेच आईला बिलगते. 'बुडत्याला काडीचा आधार' ही जी म्हण आहे, त्याची प्रचिती व्याख्यानाच्या वेळी वारंवार येत असते.

काही धरू नका

नवोदित वक्ता बोलायला उभा राहिल्यावर काहीतरी धरायचा प्रयत्न करतो. सर्वांत प्रथम सहजपणे हाताला वस्तू लागते ती म्हणजे ध्वनिक्षेपक. माईकची दांडी धरणे, सोडणे, त्या दांडीवर हात फिरवणे, माईकच्या स्पीकरला हाताने स्पर्श करणे, माईकसोबतच्या वायरशी हाताने चाळा करणे असले प्रकार सुरू होतात. हे दिसायला वाईट दिसते.

माईकशिवाय दुसरी सहज हाताला लागणारी वस्तू म्हणजे टेबल. त्याला हात लावल्याशिवाय वक्त्याला चैनच पडत नाही. एखाद्याच्या दाढेत सुपारीचे खांड अडकल्यावर तो बेचैन राहतो तसा पु. ल. देशपांडे यांनी या बेचैनीचं वर्णन करताना म्हटलंय, 'समोर विश्वसुंदरी जरी उभी राहिली आणि तिचे चुंबन घ्यायला सांगितले, तरी दाढेत अडकलेल्या सुपारीमुळे ते घ्यायला सुचणार नाही.' अशीच स्थिती नवीन बोलणाऱ्याची होते. 'भीती वाटतेय ना, धर टेबल' असं त्याचं मन त्याला सूचना करीत असणार. काही जण तर त्या टेबलावरील टेबलक्लॉथशी चाळा सुरू करतात. त्यातील विणकाम कुरवाळणे सुरू होते. कधीकधी कुरतडून विणकामाची दशाही व्हायला लागते. मग हळूहळू टेबलावरील अन्य वस्तूंकडे हात जायला लागतो. एकीकडे बोलणे व दुसरीकडे हे हातखंडे प्रयोग असा हा कार्यक्रम सुरू होतो. या अनावश्यक हालचाली व्याख्यानाचा प्रभाव कमी करतात. एका वक्त्याने टेबलावरील पेपरवेट हातात घेतला व क्रिकेटमधील गोलंदाज गोलंदाजी करण्यापूर्वी चेंडू एका हातातून दुसऱ्या हातात खेळवत राहतो तसे सुरू केले. मधूनच तो भोवऱ्याप्रमाणे पेपरवेट टेबलावर फिरवू लागला. अशा वेळी श्रोते व्याख्यान ऐकणार, का हे पोरखेळ पाहणार? त्यानंतर थोड्याच वेळात त्याच्या हाताला टेबलावरचे पिन कुशन लागले. बोलता बोलताच तो एक पिन त्या कुशनमधून बाहेर काढी व पुन्हा त्याच कुशनमध्ये दुसऱ्या जागी खोचे. मग दुसरी पिन, मग तिसरी... त्याची ही कृती जाणकार श्रोत्यांच्या मनाला चांगलीच टोचणी देत होती.

एका वक्त्याची मजल याच्याही पुढे गेली. त्याला स्वागत म्हणून मिळालेला पुष्पगुच्छ टेबलावर ठेवलेला होता. त्यातील कलाबूत ओढून त्याची गुंडाळी

करायला त्याने सुरुवात केली. श्रोत्यांच्या हे लक्षात आल्यावर ते अस्वस्थ दिसायला लागले. या असल्या कृती भाषणातल्या रंगाचा बेरंग करून टाकतात. टेबलावरचे तांब्याभांडे, फ्लॉवरपॉट आदी गोष्टीही त्यांच्या या हस्तलाघवातून सुटत नाहीत. मी विविध सभाकार्यक्रमांतून याचे अवलोकन केल्यावर असे लक्षात आले, की हे अपरिपक्व व्याख्याते भाषणास उभे राहिल्यावर हाताला जे-जे लागेल, त्याला स्पर्श करीत असतात. अपवाद म्हणजे बाजूला व्यासपीठावर बसलेल्या अन्य व्यक्ती! हो, बाजूला खुर्चीत बसलेल्याच्या डोक्यावर हात फिरवणे, कान धरणे, तोंडावरून हात फिरवणे हे प्रकार अजून झालेले नाहीत.

पण हे फक्त दुसऱ्याबद्दल झाले नाही. हा नवशिका वक्ता ते प्रयोग स्वत:वर मात्र हमखास सुरू करतो. तो स्वत:च्या डोक्याला हात लावणे, केसांतून बोटे फिरवणे असे आरशासमोर उभे राहिल्यासारखे करायला लागतो. मधूनच डोके खाजविणे होते. हेही थांबवायला हवे. पण प्रत्यक्षात शरीराच्या बहुसंख्य भागांवरून हात फिरायला लागतो. हनुवटीला हात लावणे, कानाच्या मागे हाताने खाजविणे, नाकाला हात लावणे, एका हाताने दुसऱ्या हाताच्या दंडाला धरणे, घशाजवळ चिमटे काढत बोलत राहणे असे काय काय होईल याचा नेम नसतो. पंडित जवाहरलाल नेहरूंचा फोटो असतो तसे काही जण हनुवटीखाली हाताची मूठ ठेवून बोलत राहतात.

वक्त्याला या कठीण प्रसंगी माईक, टेबल व त्यावरील वस्तू, स्वत:चे शरीर याशिवाय हमखास वस्तू हाताळायला मिळतात त्या म्हणजे स्वत:जवळील वस्तू व कपडे. एकदा 'सभेत कसे बोलावे' याचे शिक्षण देताना मी प्रशिक्षणार्थींच्या पुढे माईक व बाजूला टेबल ठेवलेच नाही. त्यांना अंगाला हात लावू नका असेही सांगितले व एकेकाला पुढे येऊन बोलायला सांगितले. एक जण चांगला सफारी सूट घातलेला होता. बोलताना तो सफारीची खालील दोन टोके जुळवायचा प्रयत्न करू लागला. मधूनच चष्म्याला हात लावायचा. नंतर त्याने बोटातली अंगठी काढणे-घालणे हे सातत्याने चालू ठेवले आणि काही काळाने एका बोटातली अंगठी अन्य कोणकोणत्या बोटांत बसते तेही पाहायला सुरुवात केली. समोर बसलेल्या बाकी लोकांच्या हे लगेच इतके लक्षात आले की, असे करायचे नाही हे त्यांना सांगावेच लागले नाही. दुसरा एक जण बोलायला उभा राहिला तो सारखा शर्टच्या बटनांना हात लावणे, ती फिरविणे, ओढणे इ. क्रिया करायला लागला. अशा वेळी एखादे बटण हातातच आले तर? नको ती कल्पना. एक वक्ता तर सारखा खिशात हात घालणे, काढणे, खिशातील रुमाल काढणे, त्याची घडी घालणे हे 'मी बोलता-बोलता कसे करून दाखवितो' याचे प्रात्यक्षिकच जणू देऊ लागला. व्याख्यानासाठी तयार केलेले टाचण हे तर वक्त्याच्या हातातच

असते. मग तो त्याची घडी करणे, ती उलगडणे, पुन्हा घडी घालणे, त्या घडीवरून बोटे फिरवून घडी धारदार करण्याचा प्रयत्न करणे असले उद्योग करू लागला. दुसरा एक जण पेनच्या क्लिपचा तुणतुण्यासारखा आवाज काढू लागला.

नका नका हो असे करू!

वर उल्लेखलेल्या अनावश्यक हालचालींच्या वेळी वक्त्याची नजरही नकळत टेबल, टेबलक्लॉथ, पिनकुशन इ. वस्तूंकडे जाते व श्रोत्यांकडे पाहात बोलणे होत नाही. श्रोत्यांच्या नजरेत पाहात बोलले पाहिजे. समोर भिंतीकडे किंवा खाली स्वत:च्या पायांकडे किंवा खिडकीतून बाहेर पाहात बोलणे चुकीचे. भीतीमुळे डोळ्यांची उघडझापही फार वेळा होते. तेही थांबले पाहिजे. हाताचे चाळे थांबवायचे ठरवले की, बोटे तरी सारखी वळवळायला लागतात. त्यांची विनाकारण हालचाल सुरू होते. काही जण ओठांवरून सारखी जीभ फिरवतात तेही चांगले दिसत नाही. एक वक्ता तर व्यासपीठावरील लोकांकडे वळून सारखे त्यांनाच सांगायला लागला. श्रोते पुढे आहेत, तेव्हा जास्त वेळ पुढे पाहातच बोलले पाहिजे. दूरदर्शन कॅमेरा जसा चित्रीकरणाच्या वेळी सर्वत्र फिरत राहतो, तसेच वक्त्याने जिथे-जिथे श्रोते; तिथे तिथे पाहात नजर फिरती ठेवली पाहिजे. नजर टाळायला पटकन वळायचे नाही. अशी नजर फिरत असतानाच काही जण आपल्या भाषणात चांगलेच एकाग्र झालेले दिसतात. शब्दाशब्दाला ते चांगला प्रतिसाद देताना दिसतात. त्यांच्याकडे पाहात नकळत आपला सुसंवादच सुरू राहतो. त्यांचा प्रतिसाद हा वक्त्याला उत्साहवर्धक वाटतो व तो आणखी आत्मविश्वासाने व जे-जे सर्वोत्कृष्ट असेल, ते-ते सांगण्याचा प्रयत्न करतो.

सगळ्यात महत्त्वाचे, उभे कसे राहायचे

हातावर सुनियंत्रण आणले, तरी पायांची वळवळही सुरू असतेच. यासाठी भाषणाची तयारी म्हणजे दोन पायांवर समान भार ठेवून सहज उभे राहायची सवय करणे. एका पायावर भार देऊन, टेबलावर रेलून उभे राहू नका. एन. सी. सी.मध्ये 'सावधान' स्थितीत उभे राहतात, तसे एकदम ताठर नको. त्यासाठी एक पाय किंचित म्हणजे दोन इंचच पुढे ठेवून; परंतु दोन्ही पायांवर समान भार ठेवून उभे राहा. पाठीस बाक काढून, जमिनीकडे पाहत मरगळल्यासारखेही उभे राहू नये. एका पायावर भार द्यायचा, मग दुसऱ्या पायावर भार असे करीत डोलत बोलणे बरोबर नाही. असे 'ग्यानबा तुकाराम' भजनासारखे करीत राहिल्यास भाषणाचा प्रभाव कमी होतो. एक जण त्याची टाच वर करी व ती ठेका दिल्याप्रमाणे ठरावीक वेळाने प्लॅटफॉर्मवर आपटत राही. तो प्लॅटफॉर्म लाकडी असल्याने ध्वनिवर्धकावरून त्याच्या पदन्यासाचे ध्वनी दूरपर्यंत ऐकू येत होते. तेव्हा पाय स्थिर हवेत.

अनावश्यक हालचाली हे भीतीचे लक्षण

वर उल्लेखलेल्या नको असलेल्या हालचाली या कटाक्षाने टाळल्या पाहिजेत. व्याख्यानाची चांगली तयारी केली की, बरीचशी भीती कमी झालेली असते. अनावश्यक हालचालीने भाषणाचा दर्जा एकदम खालावतो. आपण या क्षेत्रात नवशिके आहोत हे प्रेक्षकांना जाणवायला लागते. मग ते तुमचे ऐकून घेतील का ही शंकाच आहे. यासाठी स्थिर उभे राहून बोलायला सुरुवात करायची. स्थिर शरीर हे स्थिर मनाचे लक्षण आहे. शरीर व मन स्थिर असतील, तर आवाजही आत्मविश्वासपूर्वक बाहेर येईल व श्रोत्यांना काबीज करील.

वर कितीही हालचालींचे वर्णन केले, तरी नवनवीन वक्ते इतक्या प्रकारच्या नवनवीन नको त्या हालचाली करीत असतात की, त्यांची संपूर्ण यादी करणे कठीणच. पण 'निंदकाचे घर असावे समोर' या नात्याने आपल्या भावास वा मित्रास श्रोत्यांमध्ये बसायला सांगून अनावश्यक हालचाली कोणत्या होतात याची नोंद ठेवायला सांगावी व त्या पुन्हा होणार नाहीत हे पाहावे.

It is human to commit a mistake; but it is foolish to repeat it!

हातांचे काय करायचे?

इतर चाळे हातांना देऊ नका म्हटले की, मग हातांचे काय करायचे असा प्रश्न पडतो. हातांना काम म्हणजे हातांनी काहीच करायचे नाही. काही जण हात मागे बांधतात व त्या स्थितीत हाताने अभिनय करीत राहतात. बोटे हलवीत राहतात. हे चांगले दिसत नाही. काही वेळा मागे मुठी आवळणेही होते. केव्हा केव्हा एखाद्या वस्तूकडे किंवा व्यक्तीकडे दचकत अर्धवट हाताने निर्देश केला जातो, तेही बरे दिसत नाही. सुरुवातीस काही वेळ हाताची घडी घालून उभे राहिलात, तरी ते वरील प्रकारापेक्षा बरे होईल. तेही केवळ दगडापेक्षा वीट मऊ या नात्याने. ती घडीही नंतर नको आहे. हातांनी काही न करता उभे राहणे हे प्रयत्नाने जमू लागते व हे जमले की, मग अभिनयासाठी हाताचा वापर करायला सुरुवात करायची. नंतर ते हळूहळू जमू लागते व व्याख्यान उठावदार करण्यास ते साहाय्यभूत ठरते.

शिवशाहीर बाबासाहेब पुरंदरे यांची शिवचरित्रावरील व्याख्याने ऐकलीत ना? ती पाहण्यासारखीही असतात. शिवजन्माने सर्वत्र आनंद झाला, हे सांगताना बाबासाहेब दोन्ही हात पूर्ण उंच करतात व म्हणतात, 'कुणी गोविंद घ्या, कुणी गोपाळ घ्या, कुणी आनंद घ्या, कुणी मुकुंद घ्या.' प्रतापगडावर खूप पाऊस पडतो सांगताना 'इथे इतुका पाऊस होतो की उडत्या पक्ष्याचे पंखावरी शेवाळे माजिते' या

वाक्याबरोबरच हाताच्या पंजाने पक्ष्याचे पंख दाखवतील. कधी दोन्ही हात पूर्ण गरागरा फिरवून समरदृश्य वर्णन करतील. जितकी सभेला गर्दी जास्त, तितके हातवारे अधिक प्रभावी. छोटी व्याख्याने व जाहीर सभा यांत हाच महत्त्वाचा फरक पडतो. संसदपटू अटलबिहारी वाजपेयी भारतमातेचे वर्णन करीत. त्यातील काही भाग लक्षात आहे. 'हिमालय इसका सर है! गौरीहर इसकी शिखा है! पंजाब और बंगाल इसके दो विशाल कंधे है। सागर इसके चरण छूता है! यह वीरों की भूमि है। यह साधुओं की भूमि है। यह संन्यासिओंकी भूमि है। यह सेनापतियों की भूमि है। मैं जीऊंगा तो इसके लिये और मरूंगा तो इसके लिये।' या वर्णनाच्या वेळी ते दोन्ही हात उंचावत. ते अत्यंत परिणामकारक होई.

जाहीर सभांत हाताचा वापर करणारे मी पाहिलेले वक्ते म्हणजे अमरावतीत जांबुवंतराव धोटे व पुण्यात माजी मुख्यमंत्री शरद पवार. विषय मांडत-मांडत लोकांच्या जिव्हाळ्याची मागणी आल्यावर 'ती आम्ही मिळवल्याशिवाय राहणार नाही' म्हणताना हात उंचावल्यावर हवा तो परिणाम साधला जाई.

मोठ्या सभांप्रमाणेच लहान क्लासरूममध्येही शरीराच्या हालचालींचा वापर प्रभावीपणे करता येतो. व्याख्यात्याच्या बाजूला अध्यक्ष वगैरे फारसे कुणी नसेल व सर्वच प्रशिक्षणार्थी समोर असतील, तर एका जागी उभे न राहता थोडेफार फिरून व्याख्यान आकर्षक करता येते.

मी पुण्याच्या बँक ऑफ महाराष्ट्रच्या स्टाफ कॉलेजमध्ये व्याख्यान देत होतो. मॅनेजरने लक्षपूर्वक ऐकावे व बोलणाऱ्याबद्दल सहानुभूती असावी हा मुद्दा पटवून देताना मी म्हणालो, 'Pencil Listening नको.' हे दाखवताना मी खुर्चीवर जाऊन बसत असे व खडू हातातल्या दोन बोटांत फिरवत, त्या खडूकडे पाहत, समोर कोणी बोलतंय असं समजून 'येस, येस, येस' असे म्हणे व एकदम समोरच्या माणसाला 'हं बोला, काय काम आहे तुमचं' असे विचारत असे. म्हणजे आधी 'येस येस' म्हटलं ते उगीचच हे दिसे व Pencil Listening म्हणजे ऐकण्याचा देखावा करणे हे श्रोत्यांना पटून जाई. सारखे समोर उभे राहून बोलत असलेली व्यक्ती मधेच जरा बाजूला जाऊन खुर्चीवर बसते हे लोक जागृत ठेवायला उपयोगी पडते, पण हे वर्गातच शक्य आहे. मोठ्या सभांत जिथे व्यासपीठावर बरीच मंडळी आहेत तिथे नाही. पुण्यातले नामवंत सायकिऑट्रिस्ट श्री. जसवंतसिंग यांचे Transactional Analysis या विषयावर दोन दिवस व्याख्यान ऐकले. जेवण, चहा यांच्या सुट्ट्या सोडल्या, तर सकाळी ९ ते संध्याकाळी ५ असे दोन दिवस ते बोलत होते. यामध्ये कधी ते खुर्चीत बसत, कधी टेबलाच्या कॉर्नरवर बसत. वर-खाली सांगण्यासाठी गुडघ्यात वाकून शरीर वर-खाली करीत. त्यामुळे पाहणाऱ्यांना एकसारखेपणा न वाटता व्याख्यानात जिवंतपणा आला. बँक ऑफ महाराष्ट्रचे माजी

प्रिन्सिपॉल श्री. एम. एस. राजे हे कधीकधी खुर्चीच्या मागे उभे राहून, दोन्ही हातांनी खुर्ची धरून बोलत. तेही फार आकर्षक दिसे. आत्मविश्वासपूर्वक केलेल्या अर्थपूर्ण हालचाली या व्याख्यानास पूरक होतात.

डोळे बोलके असतात

दृश्य व श्राव्य हे दोन्ही एकत्र असे वक्तृत्वामध्ये आहे. दृश्य हा भाग परिणामकारक होण्यास हातांची हालचाल जशी महत्त्वाची, तशीच डोळ्यांचीही. वाणीप्रमाणेच डोळे बोलके असतात. शब्दांच्या अर्थप्रमाणे योग्य प्रमाणात केलेली डोळ्यांची हालचालही विषय उठावदार करण्यास साहाय्यभूत होते.

मान सतत ताठ ठेवून बोलण्यापेक्षा ती थोडीफार हलत राहिली, तर प्रेक्षकांना पाहायला बरी वाटते. श्रोत्यांना सतत बदल आवडत असतो. एक वक्ता संपताच दुसरा आला की, बदल बरा वाटतो व या दुसऱ्याचेही भाषण लवकर आटोपले तर ते श्रोत्यांना हवेच असते. तसेच एका वक्त्याच्या आवाजात चढउतार म्हणजेच आवाजात बदल त्यांना आवडत असतो. हे जसे श्राव्य भागाचे, तसेच दृश्य भागाचेही आहे. हातांचे हावभाव, डोळ्यांची हालचाल तशीच मानही थोडी डावीकडे, उजवीकडे, खाली-वर अशी योग्य प्रमाणात हलत राहिली, तर पाहायला बरे वाटते. तुम्ही दूरदर्शनवर बातम्या सांगणाऱ्या ललना पाहा, त्या एका वाक्यात साधारणत: एकदा मान हलवितात, ती हालचाल भडक नसते. तशी हालचाल हवी. हे प्रेक्षकांतील विविध श्रोत्यांच्या नजरेत पाहत बोलल्यास आपोआपच जमू लागते. श्रोत्यांमध्ये एक दोन तरी व्यक्ती त्यांची मान हलवून प्रतिसाद देणाऱ्या असतात. मग वक्ताही वरचेवर त्यांचेकडे पाहून बोलू लागतो. विषय समजावून सांगितल्याप्रमाणे त्याचा चांगला आवाज येतो. पण विषय व शब्द हेच जास्त महत्त्वाचे. ते जमल्यावर मग या वर उल्लेखलेल्या बारकाव्यांकडे पाहायचे. नाही तर मान हलवत राहण्याकडे इकडे मुद्दाम लक्ष दिल्यास व्याख्यान राहायचे बाजूला व वक्त्याची मानहानी व्हायची. मग मान वा बहुमान मिळणे बाजूलाच राहायचे!

व्याख्यान हे जसे शास्त्र आहे, तशीच ती कलाही आहे. हावभावांबद्दल वर केलेले विवेचन हे विचार प्रभावी करण्यासाठी तांत्रिकपणे वापरायचे नाही, तर त्यात कलात्मकता यायला हवी.

आवाज

'भाईयों और बहनों' हे शब्द जेव्हा पंतप्रधान पंडित जवाहरलाल नेहरू उच्चारीत, तेव्हा तो धीरगंभीर आवाज श्रोत्यांच्या अंत:करणात पोहोचे. पाकिस्तानचा भारताने पराभव केल्यावर पंतप्रधान लालबहादूर शास्त्रींनी केलेले भाषण आशयाबरोबर त्यांच्या स्पष्ट शब्दोच्चारांमुळे अधिकच लोकप्रिय झाले. परिणामकारक आवाजाचे आणखी चांगले उदाहरण म्हणजे पंतप्रधान इंदिरा गांधी यांचे. स्वच्छ आवाजाबरोबर दोन वाक्यांत सोडलेले आवश्यक तेवढे अंतर हे श्रोत्यांची आकलनशक्ती वाढवणारे होते. यशवंतराव चव्हाणांचा आवाज थोडासा समजुतीत घेऊन बोलल्यासारखा व आपुलकीने भरलेला असे.

आवाजात गोडवा आहे तो प्राचार्य शिवाजीराव भोसल्यांकडे. ते एखादे गद्यकाव्य म्हणतात तसे असते. एखाद्या कवितेला लय असते, तशी त्यांच्या शब्दांना असते. स्वामी विवेकानंद भारतभ्रमण करतानाचा अनुभव कथन करताना ते सांगत, 'हा भास नव्हता, हा आभास नव्हता, हा ध्यास होता, हा अभ्यास होता, हा हव्यास होता.' अशी वाक्ये ऐकताना श्रोतृवृंद मंत्रमुग्ध होई. मधेच एखादे विनोदी उदाहरण देऊन ते सहजगत्या मुद्दा पुढे नेत. आपण कोण व इतरांच्या दृष्टीने आपण कोण याचा पडताळा कसा येतो हे एका व्याख्यानात बोलताना ते म्हणाले, 'एकदा पंडित जवाहरलाल नेहरूंनी वेड्याच्या इस्पितळाला भेट दिली. तेथील प्रमुख डॉक्टरांना क्षणभर प्रश्नच पडला की, आता पंतप्रधानांना येथील चांगले कार्य म्हणून काय दाखवावे? ते एका वेड्याला तो बरा झाला म्हणून डिसचार्ज देत होते. त्याच्याशीच बोलायला पंतप्रधानांनी सुरुवात केली. त्यांनी त्याला प्रश्न विचारला, 'मला ओळखलेस का?' त्यावर तो नाही म्हणाला. तेव्हा ते म्हणाले, 'अरे, मी नेहरू.' त्यावर तो म्हणाला, 'तुम्हांला बरं व्हायला दोन वर्षे तरी लागतील. मी येथे आलो, तेव्हा मी मला महात्मा गांधी समजत होतो.' प्राचार्य शिवाजीराव भोसले हे जेव्हा एका सुरेख लयीत सांगतात, तेव्हा ते ऐकणे हा एक सुखद अनुभव असतो.

अंगाई गीत नको

शिवशाहीर बाबासाहेब पुरंदरे, माजी मुख्यमंत्री शरद पवार, भारतीय जनता पार्टीचे नेते नितीन गडकरी, कीर्तनकार चारूदत्त आफळे, हिंदू हृदयसम्राट बाळासाहेब ठाकरे, महाराष्ट्र नवनिर्माण सेनेचे अध्यक्ष राज ठाकरे, उमा भारती, छगन भुजबळ, गोपीनाथ मुंडे यांचे खडे आवाज सभा जिंकून जातात. केंद्रीय मंत्री प्रमोद महाजन यांच्या खणखणीत आवाजाने श्रोते आकर्षित होत. आपण आवाजाच्या बाबतीत

लक्ष द्यायचे म्हणजे आवाज एकाच पट्टीत येत नाही ना हे पाहायचे. आवाज एका सुरातच आल्यास ऐकणाऱ्यांना अंगाई गीतासारखे वाटून डुलकी यायची. आवाजात चढउतार असतील, तर ते अधिक श्रवणीय होते. मधेच एखादा प्रश्न श्रोत्यांना विचारून क्षणभर थांबल्यावर श्रोत्यांची जागरूकता वाढते. एकसारखे गद्य भाषण चालू असल्याने जर मधेच काही काव्यपंक्ती घातल्या, तरी आवाजात बदल घडून येतो.

परमेश्वराने ही सृष्टी निर्माण करताना केवढी विविधता आणली आहे असे म्हणताना–

देव रंगारी-रंगारी । त्रिभुवनाचा रंग करी ।

लक्ष चौऱ्याऐंशीचे ठसे । वेगळाले केले कसे?

या ओळी आवाजात बदल घडवतात.

विषय कितीही रूक्ष असला, तरी त्याकडे आपण कसे पाहतो हे महत्त्वाचे. हे सांगण्यासाठी मी एका शायरांच्या पंक्ती व्याख्यानात वापरायचो.

तुम जब सफेद साडी पहन के आती हो

तो अँब्युलन्स जैसी दिखती हो

वह घायल को ले जाती है

और तुम घायल कर जाती हो!

स्वाभाविकपणे या वेळी आवाजात चढउतार व्हायचे व व्याख्यान खुलायचे. एका कंपनीतील अधिकारी, दिसायला गोरेपान, उंच, देखणे व्यक्तिमत्त्व, परदेशात जाऊन आलेले. व्याख्यान देताना तोंडातल्या तोंडात व एकाच सुरात बोलत. त्यामुळे त्यांचे इंग्रजी चांगले असावे असे श्रोत्यांना वाटे; पण बहुसंख्य श्रोत्यांना ते कळत नसे. केवळ आपले वरिष्ठ साहेब बोलतात म्हणूनच पुढे बसलेले दाद देत. ती मनापासून नसे.

समोरच्या माणसाचा दर्जा पाहूनही लोक दाद देतात. ट्रेनिंग कॉलेजमध्ये इन्स्ट्रक्टरने सांगितलेल्या किश्शयाला जो प्रतिसाद मिळेल, त्यापेक्षा जास्त दाद जर विभागीय व्यवस्थापक व्याख्याते म्हणून आले तर मिळेल, त्याहीपेक्षा जनरल मॅनेजरला, सर्वांत जास्त जर चेअरमनच व्याख्याते असतील, तर त्यांना. यावर आमचे सहकारी एक विनोद सांगायचे. 'एकदा एका कंपनीमध्ये चेअरमननी एक किस्सा सांगितला. तो तसा बेताचाच होता. पण चेअरमन साहेबांनी सांगितलाय म्हटल्यावर समोरचे सर्व कर्मचारी खळखळून हसले; परंतु एक जण हसला नाही. त्याला शेजाऱ्याने विचारले, 'चेअरमन साहेबांच्या विनोदाला हसला नाहीस?' तर तो म्हणाला, 'मी रिटायर झालोय.'

शब्दफेक

शब्द हे केवळ अक्षरे जोडून तयार झालेले नाहीत, तर त्यांना स्वतःचा असा

अर्थ आहे. काहींना इतिहास आहे. काही शब्दांना एक परंपरा आहे. हे शब्द अतिशय स्पष्टपणे व अर्थपूर्ण उच्चारणे आवश्यक आहे. जो शब्द महत्त्वाचा, त्यावर जोर देऊन तो उच्चारल्यावर अर्थ श्रोत्यांपर्यंत पोहोचतो. वाक्यातील सर्वच शब्द एकाच सुरात म्हटल्यावर त्यातील शब्दांचे कमीजास्त महत्त्व आहे ते जाणवणार नाही. कोणत्या शब्दानंतर थांबले असता वाक्य खुलते हेही पाहिले पाहिजे. नाहीतर अर्थाचा अनर्थ होऊ शकतो. पुढील वाक्ये पाहा.

पतलों को सलाह - रुको मत. खाओ.

मोटों को सलाह - रुको. मत खाओ.

पहिल्या वाक्यात रुको मत यानंतर पूर्णविराम आहे, तर दुसऱ्या वाक्यात रुको या शब्दानंतर पूर्णविराम आहे. एका पूर्णविरामाने दोन्ही वाक्यांतला अर्थ पूर्णपणे बदलतो. तेव्हा कुठे थांबायचे हेही महत्त्वाचे. श्रोत्यांना एखादा प्रश्न केल्यावर जर थोडे थांबून मग पुढे बोलले, तर प्रभावी होते. महत्त्वाचा विचार मांडतानाही तो सुरू करण्यापूर्वी व सांगून झाल्यावर थोडेसे थांबून बोलले, तर ते प्रभावी होते. बोलण्यात आवाजाचा वेगही कमीजास्त व्हायला हवा.

वाद्यवादन, नृत्य, मूक अभिनय इ.द्वारा शब्दांचा वापर न करताही विषयाचा आशय प्रेक्षकांपर्यंत पोहोचविण्याची किमया कित्येक कसलेले कलाकार करीत असतात. चार्ली चाप्लीनला फारसे संवाद कुठे असतात? असले, तरी ते न समजणारेही त्याच्या हावभावावरून अर्थ समजतात. इथं तर आपल्याला अभिनयाबरोबर शब्दांची साथही आहे. शब्द म्हणजे ब्रह्म आहे. त्यामध्ये विलक्षण सामर्थ्य आहे. आपल्या सुरावटीत योग्य बदल करून त्या शब्दसामर्थ्याचा प्रभावी उपयोग करून घेणे हे वक्त्याचे कर्तव्य आहे.

ण बाणातला

वाणी शुद्ध हवी. एका प्राध्यापकाने 'वागणूक' असे म्हटल्यावर विद्यार्थ्यांनी त्यांना विचारले, 'न' नळातला की बाणातला? तर ते म्हणाले, 'न बानातला!' अशा वक्त्यांची 'आनी-पानी'वाला म्हणून हेटाळणी होते. तेव्हा 'न'मध्ये जिभेचे टोक पुढच्या दाताच्या मागे लागते व 'ण'च्या वेळी ते टाळ्याला लागते. असा फरक लक्षात घेऊन सवयीने शुद्ध बोलायला शिकले पाहिजे. मी पुण्याच्या भरत नाट्यमंदिरात नाट्य प्रशिक्षणामध्ये Voice Culture हा विषय शिकलो. तिथे जिभेला चांगले वळण मिळावे म्हणून श्री. राजाभाऊ फडणीस यांनी Tongue Twisters सांगितले होते. त्यातील काही पुढीलप्रमाणे - हे मोठ्याने म्हणून पाहायचे.

अगागां गांग काकाक गाहका धक काकहा ।
अहाहांग खगांकांक कंकाग खग काकहा ॥१॥
नमामि माननो नुन्नं मानं मुनि ममानिन ।
ननानन ममानाम् नोंनामा नमुने नमुम ॥२॥
यूयं वयं वयं यूयमित्यासीन्मतिरावयो: ।
किं जानमधुना येन यूयं यूयं वयं वयम् ॥३॥
या माता ममता माया मा परीक्षक्षरोपमा ।
तारोने गगनेरो तामक्षगच्छछगक्षम ॥४॥
शीर्ण घ्राणाभ्रिपाणीन्नवणभिरघनै धर्धरराव्यक्तघोषान ।
दीर्घाघातान घोघै: पुनरपि घटत्येक उल्लाघझन्य: ॥५॥
प्रमोदभरतुंदिल प्रथमदत्त तालावलि ।
विनोदिली विनायके डमरू डिंडीमध्वानीनि ।
ललाट तट विस्फुटन्नाव कृपीट योनिच्छटो ।
हठोद्भत जटोद्भटो गतपटो नमेनृत्यति ॥६॥

रावणकृत शिवस्तोत्र

जटाकटाह संभ्रभभ्रमन्निलीप निर्झरी ।
विलोलवीचि वल्लरी विराजमान मूर्धनि ।
धगद्धगद् धगद्ज्वलल्ललट पट्टपावके ।
किशोर चंद्रशेखरे रति: प्रतिक्षणं मम ॥७॥

श्रीसूक्त

याशिवाय श्रीसूक्तही मोठ्याने म्हटल्याने जिभेला सुरेख वळण लागते. श्री म्हणजे लक्ष्मी आणि सूक्त म्हणजे चांगले बोलणे. लक्ष्मीविषयी चांगले विचार ज्यात आहेत ते श्रीसूक्त. यामध्ये लक्ष्मीची आराधना आहे. त्यातील सुरुवातीच्या काही पंक्ती पुढीलप्रमाणे :
हरि ॐ ॥ हिरण्यवर्णां हरिणीं सुवर्णरजतस्रजाम् ।
चंद्रां हिरण्मयीं लक्ष्मीं जातवेदो म आ वह ॥१॥
तां म आ वह जातवेदो लक्ष्मीमनपगामिनीम् ।
यस्यां हिरण्यं विन्देयं गामश्व पुरुषानहम् ॥२॥
अश्वपूर्वा रथमध्यां हस्तिनाद प्रबोधिनीम् ।
श्रियं देवीमुपह्वये श्रीर्मा देवीजुषताम् ॥३॥

श्रीपादशास्त्री किंजवडेकर यांनी म्हटलंय, 'रोजी सूक्ताचे एक आवर्तन निष्ठेने आणि श्रद्धेने म्हटले, तरीही प्रांजळ मनाने केलेली ही प्रार्थना कदापि वाया जाणार नाही, हे सदैव लक्षात ठेवावे.' आपले उच्चार सुधारण्यास याचा उपयोग होतो हा माझा अनुभव आहे. सुरुवातीस वरील ओळी म्हणणे कठीण व कंटाळवाणे वाटण्याचा संभव आहे; पण आपल्याला उत्कृष्ट वक्ता व्हायचंय ना, मग कष्टाशिवाय फळ कसे मिळणार?

नको असलेले शब्द

अनावश्यक शब्दोच्चार व्याख्यानात कटाक्षाने टाळलेच पाहिजेत. एकदा डिप्लोमा इन् बिझनेस मॅनेजमेंटच्या विद्यार्थ्यांनी 'माझ्या यशाचे रहस्य' या विषयावर गावातील उद्योजकांचा परिसंवाद आयोजित केला होता. एक यशस्वी कारखानदार त्यांच्या प्रत्येक वाक्यानंतर 'काय?' असे उगीचच उच्चारत. मग कॉलेजची मुलं सारखं वाक्य केव्हा संपतंय व ते 'काय' केव्हा म्हणतात हे पाहू लागली. उद्योगामध्ये एवढे प्रचंड यश मिळविलेल्या या कर्तृत्ववान माणसाला मात्र वक्तृत्वाचे बाळबोध धडेही माहिती नसल्यामुळे अशी स्थिती झाली. आणखी एक वक्ता वाक्य झाल्यावर 'आलं लक्षात?', 'आलं लक्षात?' असे उगाचच विचारायचा.

एक वक्ते त्याच्या वाक्याची सुरुवात वरचेवर 'मला असं म्हणायचंय' या शब्दांनी करित. त्याची इतकी पुनरावृत्ती झाली की, लोक आपापसांत कुजबुजत बोलू लागले की, 'तुम्ही बोलताय म्हणजे तुम्हांलाच ते म्हणायचंय. मग ते पुन:पुन्हा कशाला सांगताय?' एकदा इंग्लंडमध्ये पार्लमेंटमध्ये एक स्त्री सदस्य उभ्या राहिल्या व म्हणू लागल्या, 'I conceive, I conceive, I conceive.' याचा अर्थ 'मला असं म्हणायचंय,' 'मला असं म्हणायंचय' असा होतो. त्यांना जाहिरपणे बोलण्याची सवय नसल्यामुळे पुढील वाक्यच सुचेना व तीनदा तेच शब्द म्हणून त्या मटकन खाली बसल्या. 'Conceive' या शब्दाचा दुसरा अर्थ 'गर्भ राहणे' असाही आहे. तेव्हा दुसरे एक सदस्य उभे राहिले व म्हणाले, 'Honourable member of the parliament has conceived thrice, but delivered nothing!' यावर केवढा हशा झाला असेल?

सातारला एक सामाजिक कार्यकर्त्या आहेत. बोलताातही बच्या. पण कुणीही पाहुणे व्यासपीठावर असोत, त्या 'साधुसंत येती घरा । तोचि दिवाळी दसरा ॥' असे म्हणत. ज्या वेळी सन्माननीय व्यक्तीचे सामाजिक कार्य चांगले असेल, तेव्हा हे वाक्य शोभून दिसे; पण कापड व्यापाऱ्याने केवळ रु. ५०१ देणगी दिली म्हणून ते व्यासपीठावर आहेत आणि त्यांच्या तुलनेसाठी साधुसंतांच्या महान कार्याची आहुती देऊन टाकायची हे बरे नव्हे. जाणकार श्रोत्यांत त्याची थट्टाच होते. एकाच

शब्दाची व वाक्याची अनावश्यक पुनरावृत्तीही भाषणाचा दर्जा कमी करते.

काही वक्ते 'अं', 'तर', 'तेव्हा', 'खरं तर' अशा शब्दांचा वाक्यावाक्याला निरर्थक उपयोग करतात. तेव्हा ते शब्द ग्रामोफोनवरच्या चांगल्या रेकॉर्डमध्ये खरखर आल्यासारखे वाटतात. उत्कृष्ट भोजनामध्ये खडे लागल्यास लज्जत कमी होते, भाषणातही तसेच आहे. अनावश्यक शब्द हे व्याख्यानरूपी मेजवानीतील खडेच आहेत. ते श्रोत्यांच्या कानांना नकोनकोसे वाटत असतात. अशा शब्दांचा अतिरेक झाला, तर श्रोते केवळ त्या पुनरावृत्ती होणाऱ्या शब्दाकडेच चेष्टेने पाहतात व व्याख्यान कितीही चांगले असले तरी ते ऐकले जात नाही व सर्वच विचारांवर पाणी पडते. एक प्राध्यापक वर्गात विद्यार्थ्यांना शिकविताना सारखे प्रत्येक वाक्याला 'हे पाहा' म्हणायचे. सर्वच मुलांचे लक्ष त्यांच्या 'हे पाहा' कडेच होते. वर्गात फक्त एकटाच मुलगा तन्मयतेने लिहीत होता. प्राध्यापकांना वाटले तो नोट्स घेतो आहे. पण प्रत्यक्षात तो 'हे पाहा' असे सर किती वेळा म्हणतात ते वहीत नोंदवत होता!

मराठी बोलताना त्यात इंग्रजी शब्द कितपत वापरावेत? जे नेहमी प्रचारात येतात, ते इंग्रजी शब्द मराठीत ठीक वाटतात. उदा. टेबल, फ्रीज, सायकल, पेन, कॅलेंडर, कुकर, मिक्सर इत्यादी. पण एक वक्ता आपल्याला जणू इंग्रजीचीच नेहमी सवय आहे आणि मराठी बोलण्याचा प्रयत्न हा फक्त समोर बसलेल्या अज्ञानी श्रोत्यांसाठी आहे असे भासवत होता. त्याचे काही शब्द पाहा बरे - 'इनफॅक्ट मला मराठी स्पीकिंग डिफिकल्टच होतंय, पण गेस्टनी इन्सिस्ट केल्यामुळं मी माझ्या मदरटंगमध्ये म्हणजेच आय मीन मराठीत बोलण्याचा ट्राय करणार आहे.'

कोणत्याही गोष्टीचा अतिरेक झाला की हसे होते. एक वक्ते केवळ शुद्ध मराठीत बोलत. लोकांना ते समजेल की नाही याची त्यांना पर्वा नसे. त्यांच्या भाषणातले काही शब्द पाहा - वाचकांना समजावे म्हणून कंसात त्या शब्दांचा सुलभ अर्थ मी देत आहे.

'चक्रधर (ड्रायव्हर), प्रधान अधिकोष (रिझर्व्ह बँक), दुरावा (मार्जिन), करशित्र (ट्रॅक्टर), झरणी (पेन), धारणी (फाईल)'

वक्त्याच्या या प्रयत्नामागे मराठी भाषेबद्दलचे प्रेम व ती समृद्ध करण्याची कळकळ लक्षात येते. इतके शुद्ध मराठी बोलणे सोपे नाही हेही जाणवते; पण नीटसा अर्थबोध न झाल्यामुळे व्याख्यानाच्या परिणामकारकतेस ते मारक ठरण्याची शक्यता असते. लोकांना समजेलच असे गृहीत धरून बोलणे चुकीचे. आपणास जो विचार मांडायचा, तो या शब्दांद्वारे श्रोत्यांपर्यंत पोहोचला पाहिजे, हे महत्त्वाचे.

उठावदार सुभाषिते

एका व्याख्यानात एक प्रमुख भाषा म्हणून वापरली, तर आपला मुद्दा पटवून

देण्यासाठी अन्य भाषांतील वाक्ये, उतारे उद्धृत करणे परिणामकारकच ठरते. सुंदर गणेशमूर्ती तयार केल्यावर उठाव येण्यासाठी थोडा सोनेरी रंग वापरला जातो, तसाच या सुभाषितांचा आवश्यक तितकाच वापर केला पाहिजे. तशी काही उदाहरणे पाहू या.

To come together is beginning.
To keep together is progress.
To work together is success.

- Henry Ford

Every man is a volume if you know how to read him.

- Channing

An acre of performance is worth than a whole world of promise.

- James Wood

It is strange how men find time to hate when life is too short to love.

A learned man is a tank, a wise man is a spring.

- W. R. Alger

A journey of thousand miles begins with single stone.

Sorrows are our best educators.
A man can see further through a tear than a telescope.

- Byron

इंग्रजीमधील असे विचार रीडर्स डायजेस्ट, टाइम्स ऑफ इंडिया व अन्य ठिकाणी वाचनात येतात. त्यांची एक नोंदवहीच ठेवावी. म्हणजे व्याख्यानापूर्वी त्यावर नजर फिरविल्यास त्या दिवशी कोणते उपयोगी पडतील हे लक्षात येते.

पाठांतर म्हणजे भाषण नव्हे

सुभाषिते, शेर-शायऱ्या इत्यादींचा वापर करून आपले भाषण खुलवावे हे खरेच; पण केवळ एकापाठोपाठ एक अशीही वचने पाठ म्हणणे म्हणजे भाषण नव्हे. आपल्या विचारधनाच्या आकर्षक मांडणीपुरता या शब्दफुलांचा वापर करायचा. त्यासाठी विविध वाक्यांचे पाठांतर हवे, पण पाठांतरित उताऱ्यांची मालिका म्हणजे भाषण नव्हे. विषय निश्चित झाल्यावर स्वत: त्यावर चिंतन करावे. मग त्या चिंतनाने तो विषय कुणास सांगावा असे वाटू लागते व त्यानंतर होणारे विचारांचे प्रकटीकरण म्हणजे भाषण होय. सर विन्स्टन चर्चिल यांनी तीन मिनिटांच्या भाषणासाठी तीन दिवस चिंतन केले होते. व्याख्यान हे प्रकट चिंतन असते. आपल्याजवळ काही सांगायला हवे व ते चांगल्या रीतीने सांगता यावे, या दोन गोष्टी म्हणजे उत्कृष्ट वक्तृत्व होय. हल्ली शाळा-कॉलेजमध्ये वक्तृत्व स्पर्धांतली भाषणे ऐकली की असे

लक्षात येते की, तो बराचसा पाठांतराचा भाग असतो. वाक्ये उच्चारली जातात ती पाठ केल्यासारखी. त्यामध्ये संभाषणाचा अभाव असतो. हजरजबाबीपणा नसतो. त्या वेळी परिस्थितीनुसार भाषणात रंगत आणता आली पाहिजे.

काव्यमय नावे

सुप्रसिद्ध गीतकार जगदीश खेबुडकर यांची व्याख्याने सातारा, फलटण, पंढरपूर, अहमदनगर इत्यादी ठिकाणी झाली. त्या वेळी मी त्या व्याख्यानांतून त्यांची ओळख करून द्यायचे काम करायचो. आर्यांग्ल वैद्यक महाविद्यालय, सातारा येथे त्यांची ओळख करून देताना श्रोत्यांतून एक आवाज आला - 'पिंजरा!' तेव्हा मी म्हटले, 'तुम्हांला लागली कुणाची उचकी.' 'ही जी पिंजरा चित्रपटातील उचकी लागते, ती जगदीश खेबुडकरांचीच.' यामुळे श्रोत्यांत हास्याची लाट पसरली. मी पुढे म्हणालो, 'जगूनानांच्यात कवित्व इतकं भिनलंय की, त्यांनी आपल्या मुलांची नावेही कविता, अभंग, अंगाई व मुक्तछंद अशी ठेवलीत.' अशा मनोरंजक माहितीने श्रोते प्रसन्न राहत.

नाना पाटलांचे घणाघाती घाव

स्वातंत्र्यलढ्यातले लढवय्ये व पत्री सरकारचे प्रणेते म्हणून क्रांतिसिंह नाना पाटलांचा नावलौकिक. त्यांचे भाषण हे एक उत्कृष्ट व्याख्यानाचा नमुना असे. त्यांचे भाषण लालित्यपूर्ण नसे. त्यात शब्दांचा डामडौल नसे. पण समोरच्या सर्वसामान्य श्रोत्याला उमजेल अशा साध्या, पण संवादात्मक शब्दांनी ते त्यांचे विचार सोदाहरण पटवून देत. ज्या वेळी वक्त्याचे कर्तृत्वच महान असते, तेव्हा त्याच्या शब्दांनाही मोठेपण प्राप्त होते. त्यांच्या सभांना ग्रामीण जनतेची बरीच गर्दी असे. एकदा निवडणूक प्रचारासाठी त्यांचे भाषण होते. ते लोकसभेसाठी उमेदवार होते. त्यांचे फारसे शिक्षण झालेले नव्हते, त्यांच्या विरोधकांनी निवडणूक प्रचाराच्या रणधुमाळीमध्ये याचा उपहासाने उल्लेख केला होता. तो असा, 'हा दगड लोकसभेत जाऊन काय काम करणार?' वास्तविक कार्य व शिक्षण यात फरक आहे. कर्तृत्ववान माणूस लोकसभेत अनुभवाच्या आधारे नेतृत्व करू शकतो; पण झालेल्या विरोधाला त्यांनी तशाच भाषेत उत्तर दिले, 'मी अडाणी माणूस. मी दगड. लोकसभेत जाऊन काय करणार? पण पंडित नेहरूंना एकदा तरी या दगडाची ठेच लागेल की नाही?' यावर चांगलाच हशा पिकून विरोधकांची टीका पुसली जायची.

व्याख्यानाला त्यांचा आवाजही दणदणीत असायचा. एखाद्या वेळी जोषात बोलताना पहिलवानाप्रमाणे ते शड्डूही मारायचे! व्याख्यानात भरपूर संवाद असायचे. त्यामुळे आवाजात सुरेख चढउतार होई. श्रोत्यांची वैचारिक पातळी ओळखून

त्यांच्या मनाला भिडतील अशी समर्पक उदाहरणे ते देत. त्यामुळे 'नाना पाटलांची सभा' म्हणजे 'जायलाच पाहिजे अशी सभा' असे समीकरण बनल होते.

उत्स्फूर्तता ही अशी

'मृत्युंजय' या कादंबरीसाठी आचार्य अत्रे यांच्या अध्यक्षतेखाली श्री. शिवाजी सावंत यांचा सत्कार झाला. मृत्युंजयातील सौंदर्याची अनेक पताकास्थाने विशद केल्यावर भाषणाचा शेवट करताना आचार्य अत्रे म्हणाले, 'शिवाजीराव, ऐकलंय की आता तुम्ही कर्णानंतर संभाजी महाराजांवर अधिक मोठी कादंबरी लिहायला घेणार आहात. महाराष्ट्राचा एक सच्चा सेवक- एक मावळा म्हणून तुम्हांला माझी विनंती आहे की, तुमच्या कादंबरीत काहीही करून संभाजीला शिवाजीपेक्षा मोठा तेवढा करू नका!' टाळ्यांचा कडकडाट झाला. आचार्य खाली बसले. सत्काराला उत्तर देताना या सूचनेचा परामर्श शिवाजी सावंत यांनी ज्या शब्दांत घेतला तो संस्मरणीय आहे, 'सर्वांच्या साक्षीनं एवढंच सांगतो, अगदी नम्रपणे की, माझ्या पुढच्या कादंबरीचं नाव 'छावा' आहे. 'छाव्या'चा बाप सिंहच होता! आचार्यांनी निर्धास्त असावं. शिवाजी महाराजांपेक्षा संभाजीराजे मोठे होणार नाहीत. 'छावा' 'छावा'च राहील!' या उत्स्फूर्त उत्तरानं श्रोत्यांनी टाळ्यांचा कडकडाट केला. शिवाजीराव खाली बसताच 'शाब्बास' म्हणत आचार्य अत्र्यांनी त्यांच्या पाठीवर दणदणीत थाप दिली. अशी उत्स्फूर्तता व्याख्यानातील परिणामकारकतेचा परमोच्च बिंदू ठरते.

प्रेरणादायक भाषण

श्री. यशवंतराव केळकर, प्राध्यापक, नॅशनल कॉलेज, मुंबई व विद्यार्थी परिषदेचे केंद्रीय कार्यकारी सदस्य यांचे वक्तृत्व बारकाईने अभ्यासण्यासारखे. ते कार्यकर्त्यांना इतके सुरेख समजावून देत की, त्यांच्या शब्दाने कित्येक कार्यकर्ते अनेक वर्षे कार्य करीत राहिले. उदाहरण खुलवून, त्यातूनच विचार मांडण्याची त्यांची हातोटी वाखाणण्याजोगी. संघटनकार्यात त्यांनी मांडलेला एक विचार, 'सामाजिक कार्य करताना आपला दम खुंटणार नाही याची दक्षता घ्यावी लागते. ज्यांच्याबरोबर काम करायचे, ते वेगवेगळ्या स्वभावधर्मांचे असतात. पण या सर्वांची wave length जुळली पाहिजे, त्यातून सहजपणे मोठमोठी कामे पार पाडली पाहिजेत, हेच आपले वैशिष्ट्य आहे. एखादा कार्यकर्ता नाठाळ असेल, तर त्याच्या बाबतीतही आपण धीर धरला पाहिजे. जगात न वितळणारा धातूच अस्तित्वात नाही. कुठल्या धातूंना वितळण्यासाठी १४०० डिग्री उष्णतामान आवश्यक असेल तर आपली उष्णता या प्रमाणात वाढविणे हाच श्रेयस्कर पर्याय आहे. धातू वितळत नाही हे म्हणण्यात काही अर्थ नाही.'

अपूर्णांकांचा पूर्णांक

बृहन् महाराष्ट्र कॉलेज ऑफ कॉमर्सचे प्राचार्य अनिरुद्ध देशपांडे त्यांच्या सेवानिवृत्ती समारंभात म्हणाले —

संस्था चालवायला प्रत्येक माणसातील गुण हेरून त्याचा वापर करावा लागतो. त्या गुणांचे वरचेवर कौतुक करावे लागते. कोणीही माणूस शंभर टक्के परिपूर्ण नसतो. तो अपूर्णांकच असतो. परंतु संस्थेमध्ये या अनेक अपूर्णांकांना एकत्र आणून त्यांचा पूर्णांक बनविता येतो. समूह शक्तीने कार्य पूर्णत्वाला जाते.

स्वातंत्र्यवीर सावरकर

समुद्रप्रवासात स्वातंत्र्यवीर सावरकरांना जहाजावरून समोर निळे पाणी व निळे आकाश दिसले. ते दोन्ही एकमेकांत मिसळून गेले होते. त्याचे वर्णन त्यांनी काव्यातून केले —

सुनील नभ हे, सुंदर नभ हे

नभ हे अतलची अहा.

सुनील सागर, सुंदर सागर

सागर अतलची अहा.

नुमजे लागे कुठे नभ कुठे

जलसीमा होई

नभात जल हे, जलात नभ हे

संगमुनी जाई

आपल्या संकटकाळातही कविमन जागृत ठेवणारे हे महान व्यक्तिमत्त्व होते.

ग.दि.मा.

आई मुलाला रागावते, ते त्याच्या भल्यासाठी असते. व्यक्तिमत्त्व घडविताना हे करावे लागते हे सांगताना थोर कवी ग.दि. माडगूळकर म्हणतात —

वरून मारी धपाधपा

आतून आधाराला हात

कुंभारासारीखा गुरू

नाही या जगात

शेर-शायरी

कोल्हापुरात युवक मेळाव्याला खासदार तारकेश्वरी सिन्हा आलेल्या. युवकांकडून जमा केलेले एक-एक प्रश्न मी विचारीत होतो व त्या उत्तरे देत होत्या.

नर्मविनोद व हिंदी शेर-शायरीचा समर्पक उपयोग यांमुळे त्यांनी सभेत रंगत आणली. तेव्हापासून मीही शेर-शायरीचा संग्रह करणे, ते केव्हा केव्हा व्याख्यानात वापरणे सुरू केले. त्यातल्या नमुन्यादाखल काही येथे देतो -

दुख का कडवा पानी चखनेवाले कम है
अपनी जरूरत परखनेवाले कम है ।
फूलों के लिये हाथ बढाते है सभी
काँटोपें हाथ रखनेवाले कम है ।

मुहब्बत तभी रंग दे जाती है
जब दिल दिलसे मिलता है ।
लेकिन मुश्किल तो ये होती है
कि दिल दिल से बडे मुश्किल से मिलता है ।

तुझसे तो तेरी याद अच्छी
जो आने को शरमाती नहीं ।
तू आ के चली जाती है
और वो कभी जाती नही ।

या शेर-शायऱ्यांचे विडंबन केल्यासारखे मराठीत 'वात्रटिका' हे कवी मंगेश पाडगावकरांचे पुस्तक आहे. शिवाजी कॉलेज, सातारा येथे गॅदरिंगमध्ये 'गाभुळलेल्या चिंचा' या नावाने आम्ही कार्यक्रम करून त्यातल्या काही वात्रटिका सादर केल्या होत्या. व्याख्यानात योग्य वाटला, तर त्यांचाही उपयोग होतो. त्यातल्या काही चिंचा पाहा -

मराठीचे मास्तर कविता करू लागले
म्हणून म्हणतात त्यांचे लग्नसुद्धा मोडले!

इंग्रजीच्या मास्तरांना खूपच शब्द येतात
कारण ते उशाखाली डिक्शनरी घेऊन झोपतात

एक होता पोपट, तो सारखी करी वटवट
तिथे आल्या मास्तरीण बाई
आणि पोपटाला बोलायला वेळंच नाही!

तिरप्या तिच्या नजरेवरी बेहद्द आहे खूष मी
आज पण कळले मला, ती ऐसेच पाहते नेहमी!

भाऊसाहेब पाटणकरांचे पुण्याच्या वसंत व्याख्यानमालेत मी व्याख्यान ऐकलंय. त्यांना उर्दू शायऱ्यांचे भाषांतर करण्याचे कारणच पडत नाही. खास मराठी विचारातून त्यांचे शब्द उमटतात. वक्ता व्हायची तयारी करायची म्हणजे हे सारे वाचून योग्य ठिकाणी त्याचा वापर करता आला पाहिजे. 'गझल' म्हटले की सुरेश भटांचे नाव डोळ्यांपुढे येते. त्यांचे 'एल्गार', 'रंग माझा वेगळा' हे वाचलेले हवे.

सातारला एकदा पुण्याच्या प्राध्यापिका सौ. शिरगोपीकर यांचे 'गझल' या विषयावर सुरेख व्याख्यान झाले. त्या म्हणाल्या '... गझल याचा एक अर्थ असा - काळवीट जंगलात धावत होते. त्यामागे शिकारी वेगाने पळत होता. काळविटाची शिंगे झाडीत अडकली व ती हिसके देऊनही निघेनात. शिकारी जवळ आला. जिवाच्या आकांताने पुन्हा एक हिसका देऊन त्या काळविटाने शिकाऱ्याकडे पाहिले, तेव्हा शिकाऱ्याला त्या डोळ्यांत जे भाव दिसले, ते म्हणजे गझल...' या उदाहरणाने श्रोत्यांना गझलची भावनोत्कटता पटली.

व्याख्यान म्हणजे गझलांचा कार्यक्रम नव्हे

खासदार तारकेश्वरी सिन्हा किंवा अन्य यशस्वी वक्त्यांनी शेरशायरी वापरली. त्यांची भाषणे खुलली. आपण तारतम्य बाळगून त्यापासून बोध घ्यायचा. एकाच सुरात चाललेल्या भाषणात चढउतार होण्यास या शेर-शायऱ्यांचा, काव्यपंक्तींचा जरूर उपयोग होतो; पण या काव्यपंक्ती या व्याख्यानाच्या विषयाला अनुसरून हव्यात. त्या आपल्या विवेचनाला उठाव आणणाऱ्या हव्यात. केवळ लोकांची करमणूक म्हणून काहीतरी म्हणायला वापरलेले शब्द असे त्यांचे स्वरूप नसावे, नाहीतर दूरदर्शनवर व्यत्यय आल्यावर एखादे कार्टून दाखवतात, तशातला व्याख्यानातला व्यत्यय असल्याचा प्रत्यय येण्याची शक्यता.

एकदा एका वैद्यराजांनी रुग्णाला पाहायला जाताना आपल्या मुलाला बरोबर घेतले. उद्देश हा की, मुलानेही वैद्यकीय ज्ञान व अनुभव प्राप्त करावा. वैद्यराज रुग्णाची नाडी पाहत बोलू लागले, 'काल भरपूर ऊस खाल्ला वाटतं!' सर्व उपस्थित वैद्यराजांच्या या ज्ञानाने आश्चर्यचकित झाले. नाडी तपासून ऊस खाल्ल्याचे कसे बरोबर ओळखले! घरी आल्यावर मुलाने वैद्यराजांना विचारले, 'हे कसे हो ओळखले?' ते म्हणाले, 'अरे, घरात जाताना मी बाहेर उसाच्या चोयट्या पडलेल्या पाहिल्या होत्या. त्यावरून अंदाज केला,' मुलगा म्हणाला, 'आता मीही स्वतंत्रपणे तपासणीला जातो.' त्याने एका रुग्णाच्या घरी भेट दिली. नाडी तपासायला लागला व म्हणाला, 'काय शेण खाल्लंत वाटतं.' यावर त्या मुलाला उपस्थितांनी हाकलून

दिले. मुलाने रुग्णाच्या घरात जाताना शेण पाहिले होते, त्यावरून आंधळेपणाने अनुमान केले. कोणतीही गोष्ट त्या परिस्थितीत योग्य आहे का पाहिले पाहिजे. म्हणून गझल, काव्य, विनोद हे त्या विचारात सामील होऊन पुढे आले पाहिजेत. नाहीतर व्याख्यान झाल्यावर कुणी विचारले, 'कसे काय वाटले आजचे भाषण?' तर उत्तर येईल, 'अमुक अमुक शेर चांगला होता.' म्हणजे आपला विचार हा गौण ठरण्याचा धोका असतो. विचाररूपी डोके आहे म्हणून काव्य, शायरी यांची वेणी या डोक्यात शोभून दिसते.

■

विचार महत्त्वाचा

न्यू इंग्लिश स्कूल, सातारा येथे पुण्याचे डॉ. ह. वि. सरदेसाई यांचे स्नेहसंमेलनामध्ये व्याख्यान झाले. ते इतके योजनाबद्ध होते की, त्यांनी आधी सांगितल्याप्रमाणे ते बरोबर ३० मिनिटे झाले. त्यांच्या व्याख्यानातला काही भाग येथे देत आहे :

'गडकऱ्यांच्या 'प्रेमसंन्यास' नाटकातील गोकूळ हा अत्यंत विसरभोळा होता. तो कोर्टात साक्षीच्या वेळी स्वत:च्या वडिलांचे नावसुद्धा विसरतो. लक्षात राहावे म्हणून तो उपरण्याला खूणगाठी मारून ठेवायचा; पण कोणती गाठ कोणत्या कामासाठी हेच त्याच्या लक्षात राहायचे नाही. त्यासाठी संध्याकाळी ओटीवर दिवा लावून ठेवण्यास तो पत्नीला सांगतो! याच्या विरुद्ध उदाहरण म्हणजे स्वामी विवेकानंद. ते एकपाठी होते. एकदा वाचल्यावर कोणता मजकूर कोणत्या पानावर आहे ते बिनचूक सांगायचे. तसेच संत ज्ञानेश्वर. त्यांचीही स्मरणशक्ती आश्चर्यजनक होती. स्मरणशक्तीच्या बाबतीत आपण सामान्यजन संत ज्ञानेश्वर ते गोकूळ यांच्यामध्ये कुठेतरी आहोत. आता आपण अधिक कोणत्या बाजूला जायचे? ज्ञानेश्वरांकडेच झुकायला हवे. यासाठी स्मरणशक्ती कशी वाढवायची ते पाहू या.

'...आपली पंचेंद्रिये कार्यक्षम ठेवणे हे स्मरणशक्तीस उपकारक आहे. श्वासोच्छ्वास व्यवस्थित होण्यास नाक साफ राहिले पाहिजे. तोंडाने श्वास घेऊ नये. नाकाने हवा थोडी गरम व गाळून स्वच्छ मिळते. आपण श्वसन करतो आहोत हे न जाणवता अत्यंत संथ असे होईल, ते चांगले श्वसन. डोळेही भरपूर पाण्याने धुतले पाहिजेत. वाचताना त्यावर ताण आल्यास अधून-मधून तळहात डोळ्यांवरून फिरविल्यास ताण कमी होतो...'

डॉक्टरसाहेब स्पष्ट आवाजात बोलत होते व हजारांवर मुले व त्यांचे पालक

एकाग्रतेने व्याख्यान ऐकत होते. गोकुळाच्या उदाहरणाने सुरुवात करून श्रोत्यांना त्यांनी आकर्षून घेतले; पण त्यानंतर श्रोत्यांना खरोखरच उपयुक्त माहिती मिळत राहिल्याने ते खूश होते. ते पुढे म्हणाले, 'स्मरणशक्ती वाढविण्यास आहारही चौरस असायला हवा. पदार्थावर जितक्या कमी प्रक्रिया होतील, तितका तो स्मरणशक्तीस चांगला. उदा. ऊस चावून चोखून खाल्ला, तर तो चांगला. उसाचा रस प्यालो, तर तो स्मरणशक्तीस त्या मानाने मारक. गूळ त्यापेक्षा वाईट. साखर अधिक वाईट, तर चॉकलेट सर्वांत जास्त हानिकारक. म्हणून आपले अन्न कमी प्रक्रिया झालेले असावे. मसाल्याचे पदार्थ स्मरणशक्तीस हानिकारक. मसालेयुक्त भोजन किंवा श्रीखंड खाऊन परीक्षेस गेल्यावर कमी आठवते; पण वरणभात खाऊन गेल्यास स्मरणशक्ती साथ देईल. शाळेच्या स्नेहसंमेलनात बोलणे अवघड, कारण श्रोत्यांची विविधता. अगदी लहानांपासून थोरांपर्यंत लोक उपस्थित असतात.'

'केवळ मुलांना उपदेश' असे वर वाटणारे हे व्याख्यान पालकांनाही आवडलेले दिसत होते. ते विषय रंगवतच गेले-, 'स्मरणशक्ती वाढवायचे काही व्यायाम म्हणजे एक तर एक ते शंभर हे अंक विरुद्ध बाजूने म्हणत जायचे, १००, ९९, ९८, ९७ असे एकपर्यंत यायचे. ते झाल्यावर एक-एक अंक सोडून उलट यायचे. जसे १००, ९८, ९६, ९४, ९२ असे एकपर्यंत यायचे. मग तीन अंक सोडून, चार अंक सोडून असे नऊपर्यंत यायचे. जसे जास्त अंक सोडाल, तसा स्मरणशक्तीचा ताण वाढत जातो. दुसरा एक व्यायाम म्हणजे झोपी जाण्यापूर्वी बिछान्यावर पडल्यापडल्या दिवसभरात प्रत्येक तासात प्रमुख काय घटना घडली हे आठवायचा प्रयत्न करायचा. ते जमल्यास त्यातील आणखी तपशील आठवायचे. असे करतानाच झोप लागून जाईल...'

व्याख्यानातील मुद्देच फार उपयुक्त असले की भाषण कसे परिणामकारक होते याचा हा पुरावा. मी साधारण वीस वर्षांपूर्वी हे व्याख्यान ऐकले, तरी ते आज चांगलेच स्मरणात राहिले आहे आणि एक मुद्दा म्हणजे हे व्याख्यान मोकळ्या मैदानात झाले. तिथे तर वक्त्याची चांगलीच कसोटी लागते. बंदिस्त सभागृहात बोलणे त्या मानाने सोपे.

तुलनेने विषय चांगला समजतो

डॉ. धनंजयराव गुंडे हे कोल्हापुरातील नामवंत शल्यचिकित्सक व आरोग्यावर जनजागृती करणारे. मानवी शरीरास शाकाहार हा मांसाहारापेक्षा उपयुक्त कसा हे ते छान पटवून देतात. 'आपले शरीर हे एक यंत्र आहे. या यंत्रास ऊर्जा काय असावी हे निसर्गात ठरलेले आहे. एखाद्या गाडीला पेट्रोल लागत असेल, तर त्यात डिझेल घालून ती गाडी नीट चालणार नाही. माणसाच्या यंत्रास शाकाहार हवा. अन्य प्राणी

निसर्गाचे नियम पाळण्यात प्रामाणिक असतात. घोडा हा मांसाहार घेणार नाही. पण माणसात बुद्धी हा भाग अधिक असल्याने 'मांसाहार घेतला, तर काय बिघडले,' असा घोटाळा त्याने करून ठेवला आहे. शाकाहारी प्राण्यांची आतडी ही त्यांच्या पाठीच्या कण्याच्या साधारण बारा पट असतात व मांसाहारी प्राण्यांची आतडी ही त्यांच्या पाठीच्या कण्याच्या सहा पटच असतात. माणसाची आतडी कण्याच्या बारा पट असल्याने तो मुळात शाकाहारी म्हणून जन्मास आल्याचे सिद्ध होते.

'शाकाहारात तंतू म्हणजेच फायबर्स असतात. ते पचनास सोपे असतात. याउलट मांसाहारामध्ये कोलेस्टोरॉल जास्त असते. ते शरीरात साठते. शाकाहारात जैविक शक्ती असते, ती मांसाहारात नसते. कडधान्यांना मोड येतात. मांस ठेवून दिले तर कुजून जाईल. आवश्यक घटक घेऊन जास्तीत जास्त भाग शरीराबाहेर टाकण्याचा गुणधर्म शाकाहारात आहे, तसे मांसाहारात नाही. म्हणून शाकाहारी प्राण्यांची विष्ठा जास्त असते. गाय, म्हैस यांचे शेण खूप असते, पण वाघाची विष्ठा फारच थोडी असते. म्हणजे शौचाला साफ व्हायला माणसाला शाकाहारच सोईचा. शाकाहारी प्राण्यास अणकुचीदार नख्या नसतात. गाईस, म्हशीस नख्या नाहीत, माणसालाही नाहीत; पण वाघाला असतात. मांसाहारी प्राण्याच्या पायांना पंजे व नख्या असतात. शाकाहारी प्राण्यास नुसते खूर, सपाट पाय असतात. मांसाहारी प्राण्यास दाढा नसतात, नुसतेच सुळ्यांनी लचके तोडून गिळायचे; पण घोडा, गाय, माणूस या शाकाहारी प्राण्यांना दाढा असतात. भूक लागते तेव्हाच मांसाहारी प्राणी जागा असतो. तो खातो व झोपतो. शाकाहारी प्राणी सजग असतो. घोडा उभाच असतो. रात्री गोठ्यात गेले, तरी लगेच गाईच्या गळ्यातल्या घुंगरांचा आवाज येतो. ती जागीच असते.

'मांसाहारी प्राण्याची शक्ती दीर्घ काळ राहणारी नसते. वाघ जोरात पळेल, पण थोडा वेळ सावज पकडून खातो की झोपतो; पण दीर्घ काळ पळत राहण्याची जास्त शक्ती ही शाकाहारी घोड्यातच असते. म्हणून यंत्राची शक्तीही हॉर्स पॉवरनेच मोजतात. वाघ शक्तीने नाही. प्राण्यांना होणारे रोग माणसास होऊ शकतात, पण वनस्पतींना होणारे रोग माणसास कधीही होत नाहीत. मावा, तुडतुडा रोग हा वनस्पतीस होतो, माणसास नाही.' किती प्रभावीपणे ते आपला मुद्दा पटवून देतात. मुद्दा पटविण्यास दोन गोष्टींतील तुलना कशी उपयोगी पडते ते यावरून लक्षात येईल.

डॉ. गुंडे यांच्या व्याख्यानाचा उल्लेख मी मुद्दाम केला याचे कारण वक्तृत्व फुलण्यासाठी ज्ञानाचा साठा भरपूर असणे आवश्यक आहे, हे लक्षात यावे. केवळ शब्दसामर्थ्यावरही व्याख्यान चांगले होईलच असे नाही. लोकांना कसे ऐकायला मिळाले हे जसे महत्त्वाचे, तसेच काय ऐकायला मिळाले हेही महत्त्वाचे. मालाचे

वेष्टन आकर्षक हवे व मालही उत्कृष्ट दर्जाचा असावा.

चांगला विनोद लवकर भिडतो

विनोदाच्या अस्त्राने शत्रूला नामोहरम करणारे व्याख्याते म्हणून विनोदी साहित्यिक द.मा. मिरासदार यांचा उल्लेख करावा लागेल. अणीबाणीनंतर निवडणुका जाहीर झाल्या. प्रचाराचा शेवटचा दिवस होता. संध्याकाळी पाच वाजता प्रचारवेळ संपत होती. श्री.ग.वा. बेहरे व द.मा. मिरासदार यांनी ३ वाजून ३० मिनिटांनी सभा सुरू केली. द.मा. मिरासदारांनी सांगितलेले एक उदाहरण पाहा, 'अणीबाणीत वीस कलमी कार्यक्रमाचा प्रचंड उदोउदो करण्यात आला. प्रत्यक्ष किती काम झाले कुणास ठाऊक. आजही सर्व कलमे काय आहेत हे वीस कलमीवर बोलणाराही सांगू शकत नाही.

'एका खेड्यात एक शिक्षक होते. त्यांनी वर्गात एका मुलाच्या थोबाडीत मारली. तो गावच्या पाटलाचा पोर होता. तो रडत-रडत घरी गेला आणि त्याने त्याच्या बापाला घडलेली घटना सांगितली. गावचा पाटीलच तो. खूपच रागावला. 'जोशी मास्तरड्याची ही हिंमत? त्याला सरळ करतो,' असे म्हणत पोराला घेऊन पाटील शाळेत आला. तो डायरेक्ट वर्गात जाऊन मास्तराला मारणार होता. त्यापूर्वीच हेडमास्तरांना पाटील शाळेत आलेले दिसले. 'या, या, या पाटील' असे म्हणत हेडमास्तरांनी त्याचे स्वागत केले व इकडे आज कसे येणे केलेत असे विचारले.

'अहो, तुमच्या जोशी मास्तरड्यानं आमच्या पोराच्या थोबाडीत मारली. त्याला जाब विचारायला आलोय.' हेडमास्तर म्हणाले, 'पाटील, आपण कशाला वर्गाकडे जाताय? मी त्यांना इथं बोलावतो.' त्यांनी सदू शिपायाबरोबर जोशी मास्तरना बोलावलंय असं सांगायला निरोप दिला. सदू परत आला व म्हणाला, 'जोशी गुरुजी म्हणाले, मी शिकवतोय व हेडमास्तरांना आणि पाटलांना दोघांनाही सांग येत नाही.' हेडमास्तरांना आश्चर्य वाटले.

एरव्ही जोशी मास्तर म्हणजे आज्ञाधारक व एकदम गरीब माणूस. पाटील तर ताडताड चालत वर्गाकडे धावले. मग मागे हेडमास्तर पळायला लागले. वर्गात घुसून पाटील जोशी मास्तरावर ओरडून म्हणाले, 'तू या पोराला मारलंस ना?' असे म्हणून पाटील आता मास्तरांना मारणार- पण तेवढ्यात जोशी मास्तर म्हणाले, 'मी मुलांना वीस कलमी कार्यक्रम शिकवीत होतो, अन् हा मध्ये बोलला.' (हशा) हे ऐकल्यावर पाटील म्हणाले, 'असं होय, मग बरोबर हाय.' असं म्हणून त्यांनीच पोराच्या आणखी एक थोबाडीत दिली अन् म्हणाले, 'वीस कलमी शिकविताना बोलतोस व्हय रं?' सरकारी कार्यक्रमांचा अणीबाणीत केवढा बाऊ केला जात होता

व त्यात किती फोलपणा होता हे श्रोत्यांना त्वरितच पटले.

संतांचा लाऊडस्पीकर

विधानसभेचे सभापती बाळासाहेब भारदे यांच्याकडे ज्ञानाचा प्रचंड साठा आहे. त्याला अनुभवाची जोड आहे. त्यांचे भाषण ही एक बौद्धिक मेजवानीच असते. संतवाङ्मयाचा प्रचार करणारे ते वारकरी आहेत. त्यांचा परिचय 'विधानसभेचे स्पीकर' असा केला जाई. तेव्हा ते म्हणत, 'मला विधानसभेचा स्पीकर म्हणण्यापेक्षा संतांचा लाऊडस्पीकर म्हटलेले आवडते.' मार्च १९८७ मध्ये अहमदनगर येथे सुप्रसिद्ध ॲडव्होकेट ए. बी. मुथ्था यांचा ७५वा वाढदिवस साजरा झाला. तेव्हा भारदे म्हणाले, 'आजकाल पैशाशिवाय काही चालत नाही. पैसा हा तर मिळवलाच पाहिजे. सर्व भौतिक गोष्टींचा त्याग करा, असे सांगणारा कीर्तनकारही कीर्तनानंतर लोकांपुढे आरती फिरवतोच. विनोबाजी सांगायचे, 'नाव पाण्याशिवाय चालू शकत नाही; पण पाणीच नावेत शिरले, तर सत्यानाश व्हायचा. पैशाशिवाय माणसाचे चालत नाही; पण पैसाच सर्व काही असे मानून तो माणसाच्या डोक्यात शिरला तर?' हे उदाहरण सांगून ॲडव्होकेट ए. बी. मुथ्था यांनी उत्तम धनाच्या जोडणीबरोबर सामाजिक कार्यातही कसा भाग घेतला हे कथन केले.

विषय मांडणीमध्ये उदाहरण किती योग्य निवडले व ते किती चपखलपणे व्याख्यानात वापरले यासाठी वरील उदाहरणे लक्षात घेण्याजोगी आहेत. विचार व उदाहरण अगदी एकजीव होऊन गेलेत.

सत्कार समारंभामध्ये एकाच कार्यक्रमात बरेच वक्ते असतात, तेव्हा आपण किती बोलायचे याचे भान ठेवावे लागते. आधी बोललेल्या वक्त्याचे मुद्देही लक्षात घ्यावेत व संयोजकांनी आपणास दिलेल्या वेळेचे बंधन काटेकोरपणे पाळावे. अशा वेळी 'माझ्या आधीच्या वक्त्यांनी आजच्या सत्कारमूर्तीबद्दल सर्व काही सांगितले आहेच, तेव्हा मी काय सांगणार?' किंवा 'मला बोलण्याचा फारच आग्रह झाला म्हणून मी उभा आहे,' असे बोलू नये. वरील कार्यक्रमास श्री. मुथ्था यांचे बरेच स्नेही उपस्थित होते. याचा उल्लेख मी माझ्या भाषणात असा केला : 'डेल कार्नेजी याने 'हाऊ टू इन्फ्ल्युअन्स पीपल अँड विन फ्रेंड्स' लिहिले. तो स्वत: जीवनात यशस्वी ठरला नाही; पण असे पुस्तक न लिहिताही खरोखरीच मोठा लोकसंग्रह श्री. मुथ्था यांनी केला व तो प्रत्यक्ष आज आपण पाहत आहोत.'

ऐतिहासिक प्रसंग

कठीण परिस्थितीतही न डगमगता मन स्थिर ठेवून विचार केला पाहिजे, हा मुद्दा पटवून देताना मी स्वामीकार रणजित देसाई यांनी लिहिलेला शिवाजी महाराजांवरील

प्रसंग सांगतो, 'प्रतापगडाच्या पायथ्याशी अफझलखानाला भेटायला शिवाजी महाराज जाणार होते. भेटीच्या तयारीसाठी विविध विभाग कार्यरत होते. महाराजांचा पोषाख कसा असावा याबाबत शिंपी खास काळजी घेत होते. वाघनखे, चिलखत इ.बाबत लोहार लक्ष घालत होते. ज्योतिषी ग्रहमान पाहत होते. कोणत्या वेळी पहिले पाऊल गडाबाहेर टाकावे याची अचूक वेळ ब्राह्मण शोधत होते. गायी दान करण्याबाबत सल्ला देत होते. त्या वेळचा महाराजांचा आहार काय असावा याबाबत विचार होत होता. सैन्याची आखणी, पुढील कारवायांचा सर्व तपशील ठरत होता. सारा प्रतापगड कार्यमग्न होता. अखेर नियोजित कार्यक्रमाप्रमाणे महाराज खानाच्या भेटीला निघाले. गडाबाहेर प्रथम उजवे पाऊल टाकले. एक-दोन पावले पुढे टाकल्यावर त्यांनी विश्वासू सहकाऱ्यांस जवळ बोलावून सांगितले, 'खानाचे हत्ती ताब्यात घेताना त्यांचे माहूत मारू नका. ते ताब्यात घ्या. हत्तींचा उपयोग करण्यास माहूत लागतील.' एखादा सामान्य माणूस अशा वेळी विचार करील की, खानाची भेट म्हणजे जीवन-मरणाचा प्रसंग. यातून वाचल्यावर नंतर सावकाश बाकी विचार करता येतील. पण इतक्या प्रचंड दडपणाच्या वेळीही त्यांचे मन किती स्थिर होते याचे हे द्योतक आहे.

संकटसमयी चित्त विचलित होऊ देऊ नये हे दहा वेळा सांगूनही लक्षात राहणार नाही. ते काम हे एकच उदाहरण करून जाते.

मोठ्यांच्या गोष्टी

साहित्यकार रणजित देसाई यांची एक आठवण मी व्याख्यानात सांगतो, ती अशी : कोल्हापूरला रणजित देसाई यांचे व्याख्यान होते. मी त्यांना आणायला त्यांच्या कोवाड या गावी गेलो होतो. घरात सर्वत्र भारतीय बैठक, गालिचे अंथरलेले. छतावर रथाचे चाक शोभा म्हणून लावलेले. भिंतीवर ज्ञानेश्वरांचे ज्ञानेश्वरी लिहितानाचे मोठे चित्र लावलेले. इथे या चित्राखाली बसून ते लिखाण करीत. बाहेर दारात ससा, माकड इ. प्राणी पाळले होते. रणजित देसाई बाहेर चालले म्हणून माकड विशिष्ट प्रकारचा आवाज करायला लागले. त्यांना ती त्याची तक्रारयुक्त भाषा समजली. ते म्हणाले, 'आपली आता पाच-दहा मिनिटे तरी येथून सुटका नाही.' त्या माकडाशी समजुतीच्या आवाजात ते बोलू लागले. त्याचे समाधान केले व मगच टॅक्सीत बसले. आमची टॅक्सी गावातून चालली होती तर रणजित देसाईंना तेथील लोक, दुकानदार मुजरा करीत होते. बेळगावला आल्यावर त्यांचे मित्र श्री. राजाभाऊ मराठे यांच्याकडे आम्ही गेलो. श्री. मराठे हेही बरोबर आले. त्यांची ओळख करून देताना ते म्हणाले, 'हा माझा जवळचा मित्र. मला 'स्वामी' कादंबरीबद्दल जेव्हा साहित्य पुरस्कार जाहीर झाला, तेव्हा यांनी माझे कसे अभिनंदन

केले पहा. माझ्या घरी ज्ञानेश्वर महाराज लिखाण करतात ते चित्र तुम्ही मघाशी पाहिलेत. तिथंच मी लिहीत असतो. मराठे माझ्याकडे आले व म्हणाले, 'संत ज्ञानेश्वरांनी रेड्याच्या तोंडून वेद वदवून घेतले, हे आज मला पटले.' मी त्यांना 'कसे' हे विचारण्याच्या आतच ते म्हणाले, 'तुला स्वामीबद्दल पुरस्कार जाहीर झालाय.' मला इतर बहुमानापेक्षा 'ज्ञानेश्वरांचा रेडा' हीच खरी पदवी आवडली.' यातून रणजित देसाईंचा संतांबद्दलचा आदरच व्यक्त होत असे. प्रसिद्ध व्यक्तींबद्दलचे सत्य प्रसंग जर व्याख्यानात वापरता आले व ते व्याख्यानातील मुख्य विषयाशी सांधता आले, तर ते श्रोत्यांना हवेच असतात.

एक चांगले खुलणारे उदाहरण

पुण्याचे मॅनेजमेंट कन्सल्टंट श्री.एस.एम.जावडेकर यांची व्याख्याने परदेशातही लोकांना आवडली आहेत. ते म्हणत, 'प्रत्येक माणसाला अपेक्षा असतात. त्या ओळखून वागावे लागते. एकदा एक ख्रिश्चन फादर फिरायला चालले होते. त्यांनी काही मुले खेळताना पाहिली. त्या मुलांच्या चेहऱ्यावरचे निरागस भाव पाहून ते आनंदले, त्यांच्याजवळ गेले व एक प्रश्न विचारला, 'आत्तापर्यंत होऊन गेलेल्या व्यक्तींमध्ये सर्वश्रेष्ठ कोण? जो मुलगा बरोबर उत्तर देईल त्याला दहा रुपये बक्षीस.' मराठी मुलाने उत्तर दिले, 'शिवाजी महाराज.' फादरनी नकारार्थी मान डोलावली. पंजाबी मुलगा म्हणाला, 'गुरू गोविंदसिंग.' फादर नाही म्हणाले. बंगाली मुलाने 'स्वामी विवेकानंद' सांगितले, तरी ते समाधानी दिसले नाहीत. दक्षिणेकडील मुलाने 'सर्वपल्ली राधाकृष्णन' यांचे नाव सांगितले. फादर 'नो' म्हणाले. एक गुजराथी मुलगा म्हणाला, 'येशू ख्रिस्त.' फादर खूश झाले. त्यांनी त्या मुलाला दहा रुपये बक्षीस दिले. त्या मुलाने दहा रुपये खिशात नीट ठेवले व तो म्हणाला, 'माझं खरं उत्तर आहे, महात्मा गांधी!' फादर म्हणाले, 'मग तू येशू ख्रिस्त का सांगितलेस?' तेव्हा तो मुलगा म्हणाला, 'गांधी थोर होते. त्यांचे थोरपण हे राहणारच आहे. प्रश्न आहे, माझे दहा रुपये का घालवायचे?' या उदाहरणाने प्रत्येकाला अपेक्षा कशा असतात हे अगदी समजून येईल.

रत्नपारखी

१५ ऑगस्ट ८७ रोजी दैवज्ञ बोर्डिंग, कोल्हापूर येथे नामदार जगन्नाथ शंकरशेठ यांच्या पुण्यतिथीचा कार्यक्रम झाला. मी प्रमुख पाहुणा म्हणून गेलो होतो. मुंबईच्या उभारणीमध्ये नाना जगन्नाथ शंकरशेठ यांचा केवढा मोठा हातभार आहे, हे मी सांगत होतो. त्या वेळची परिस्थिती नीट सांगितल्यास चरित्र कसे खुलते याचे हे उदाहरण आहे. यातील काही भाग पाहा :

पोर्तुगालच्या राजाने इंग्लंडचा राजा दुसरा चार्ल्स यास आपल्या कन्येच्या विवाहप्रसंगी १६६१ मध्ये मुंबई बेट आंदण म्हणून दिले. अठराव्या शतकातही मुंबईत रात्री बाहेर पडणे धोक्याचे असे. रात्री आठ वाजता तोफ उडे. त्यानंतर कुणी बाहेर पडायचे नाही. सकाळी पुन्हा तोफ होई, तेव्हाच लोक बाहेर पडत. रात्रीच्या वेळी रस्त्यावर काळोख असे. खोबरेल तेलाचे दिवे मिणमिणत, पण त्या दिव्यांचा प्रकाश पडत नसे. ब्रिटिशांचा कारभार सुरू होता. त्या वेळी १८०३ ते १८६५ या काळात नानांनी हिंदूंचे नेतृत्व करून सर्व प्रकारच्या सुधारणा घडवून आणल्या. मुंबईत शिक्षणाचे बीज पेरून त्याचा विकास करणारे, ग्रंथ प्रकाशनास उत्तेजन देणारे, मुलींची शाळा काढणारे, मेडिकल कॉलेज सुरू करणारे, कायदा महाविद्यालय काढणारे, मागासवर्गीयांसाठी शाळा काढणारे, मुंबई विद्यापीठ, जे.जे. स्कूल ऑफ आर्ट्स, राणीचा बाग, म्युझिअम, प्रथम बोट खरेदीत सहभाग असणारे, रेल्वे सुरू करणाऱ्या प्रथम बोर्ड ऑफ डायरेक्टर्सपैकी एक, कित्येक बँकांचे प्रमोटर, कापड गिरण्यांत सहभाग ठेवणारे, इंग्लंड, पॅरिस येथे भारतीय मालाचे प्रदर्शन भरविण्यात पुढाकार घेणारे, मुंबईला ड्रेनेज सिस्टीम, गॅस दिवे, रस्ते, सोनापूर स्मशानभूमी इ. सोयी उपलब्ध करून देणारे अशा नानांबद्दल सांगावे तेवढे थोडेच. जे जे मुंबई उभारणीसाठी लागले, ते ते नाना शंकरशेठ यांनी तन-मन-धनाने केले; पण त्यांचा परिचय आज मुंबईतही बहुतांशी लोकांना नाही. याचा उल्लेख मी पुढीलप्रमाणे केला.

फार फार वर्षांपूर्वीची गोष्ट आहे. गोवळ्कोंडा येथे मुले दगडी टिपऱ्यांनी खेळत होती. एका मुलाच्या हातातील टिपरीकडे एका रत्नपारख्याचे लक्ष गेले. त्याला तो मौल्यवान दगड असावा असे वाटले. त्याने त्या मुलास विचारले, 'हा दगड कुठून मिळाला?'

'आमच्या शेतातून.' मुलगा उत्तरला. त्यावर तो त्या मुलाला घेऊन शेतात गेला. असे काही दगड त्या नापीक शेतात होते. नंतर त्या मुलाच्या वडिलांना भेटून त्याने शेत विकत देण्याची मागणी केली. भरपूर किंमत दिल्याने त्याला शेत विकत मिळाले. त्याने शेताबरोबर त्या मुलाकडील दगडी टिपरीही विकत घेतली. हाच दगड पुढे 'कोहिनूर हिरा' म्हणून प्रसिद्धीस आला. कै. नाना शंकरशेठांचे चरित्रही आज जरा बाजूला पडले आहे. आपल्यासारख्या रत्नपारखी श्रोत्यांनी ते सर्व जनतेपर्यंत पोहोचवण्याची जरुरी आहे.

वरील उदाहरणामुळे ते आवाहन सर्वांच्या मनाला भिडले.

कुमार गंधर्वांचे मनोधैर्य

सुप्रसिद्ध गायक कुमार गंधर्व गंभीररीत्या आजारी पडले होते. फुप्फुसाचा त्रास होता. गवयाचे गाणे हे फुप्फुसावरच अवलंबून. पण डॉक्टरांना फुप्फुसाचाच काही

भाग काढावा लागेल असे सांगितले. त्यामुळे गाणे बंद पडण्याची काळजी होती. कुमार गंधर्व इस्पितळात पलंगावर पडून विचार करत होते.

त्यांना छताजवळ पंख्यावर एक चिमणी बसलेली दिसली. ती चिवचिव असा खणखणीत, स्पष्ट आवाज काढीत होती. तेव्हा त्यांच्या मनात विचार आला या चिमणीचे फुप्फुस ते केवढेसे असणार. तरी ती इतका सुरेख, स्पष्ट आवाज काढतेय. डॉक्टरांनी माझे अर्धे फुप्फुस जरी शिल्लक ठेवले, तरी ते या चिमणीच्या फुप्फुसापेक्षा कितीतरी मोठे असणार. मग मलाही गाता येईल. जरी दीर्घ पल्ल्याच्या ताना मारता आल्या नाहीत, तरी अल्प पल्ल्याच्या ताना घेत गाता येईल.

या विचारातून त्यांनी प्रेरणा घेतली. छोट्या-छोट्या पल्ल्याच्या ताना घेणारी स्वत:ची गायकी स्वतंत्रपणे निर्माण केली. ते जगप्रसिद्ध गायक झाले.

संकटाने डगमगून जाऊ नका सांगताना अशी उदाहरणे द्या.

विठ्ठल कामतांची समयसूचकता

प्रसंगावधान राखून ताबडतोब निर्णय घेता आला पाहिजे हे सांगताना उद्योजक विठ्ठल कामत यांच्या 'इडली, आर्किड व मी' या पुस्तकातला किस्सा उपयुक्त आहे -

एका मुलाखतीसाठी विठ्ठल कामत गेले होते. मुलाखत घेणारे त्या पदावर नेमावयाच्या व्यक्तीची निर्णयक्षमता तपासत होते. त्यांनी विठ्ठल कामतांना प्रश्न केला.

'आम्ही तुम्हांला तीन सोपे प्रश्न विचारू की एक अवघड?'

'एक अवघड प्रश्न विचारा.'

'या जगात सर्वांत प्रथम काय आलं अंड की कोंबडी?'

क्षणाचाही विलंब न लावता विठ्ठल कामत म्हणाले —'अंड'

त्यावर प्रश्नकर्ता म्हणाला — 'ते कसं काय?'

विठ्ठल कामत म्हणाले — ''हा दुसरा प्रश्न झाला!''

विचाराबरोबरच भाषाशैलीही महत्त्वाची

प्रत्येक माणसाचे व्यक्तिमत्त्व त्याच्या कृतीतून सादर होत असते. तो काय कार्य करतो, यावरून अन्य लोक त्याच्याबद्दल मत ठरवतात. एखादा माणूस दारू विक्री करतो व दुसरा विद्यादानाचे कार्य करतो. त्या व्यक्ती न पाहताच दोघांबद्दल जे मत तयार होईल, ते अगदी भिन्न असेल.

कृतीशिवाय तो माणूस दिसतो कसा यावरही त्याचे व्यक्तिमत्त्व अवलंबून असते. एकदा कॉलेजची मुले गंमत म्हणून जाणारा-येणारा व्यवसायाने कोण असेल किंवा त्याचे आडनाव काय असेल, याबद्दल तर्क लढवत बसली होती. हा प्राध्यापक असेल, हा शेतकरी असेल, हा राजकीय पुढारी असेल, हा बँकेत

नोकरीस असेल, हा व्यापारी असेल, असे अंदाज करीत ती आनंद लुटत होती. म्हणजेच माणूस दिसतो कसा, त्याचा पेहराव कसा यावरूनही बाकीचे त्याच्याबद्दल मत निर्माण करतात.

पण याहून महत्त्वाचे म्हणजे तो काय बोलतो हे होय. शब्द व बाण हे दोन्हीही सुटले की, परत घेता येत नाहीत. शब्दांना फार फार सामर्थ्य आहे. 'तुम मुझे खून दो, मैं तुम्हें आझादी दूंगा,' 'मेरी झांशी नही दूँगी,' 'वंदे मातरम,' 'स्वराज्य हा माझा जन्मसिद्ध हक्क आहे व तो मी मिळविणारच,' इ. वाक्यांनी हजारो-लाखो लोक भारावून गेले. नेहमीच्या व्यवहारातही छोटे-छोटे शब्द मोठमोठी कामे करून जातात. एखादे काम केल्यावर त्या व्यक्तीचे आभार मानणे, चांगल्याबद्दल चांगले बोलणे यावरून माणूस कसा आहे हे लक्षात येते.

पण माणूस बोलतो कसा, म्हणजेच त्याची भाषाशैली कशी आहे हेही महत्त्वाचे आहे. प्रत्येक वत्त्याने त्याची भाषाशैली प्रभावी ठेवण्याचा प्रयत्न केला पाहिजे. त्यासाठी आपण कुणाची संगत ठेवतो यावरही ते अवलंबून आहे.

प्रसिद्ध कादंबरीकार बाबा कदम यांच्याशी काही दिवसांपूर्वी मी गप्पा मारत बसलो होतो. वस्तुस्थिती लक्षात न घेता शब्द कसे वापरले जातात याची काही उदाहरणे त्यांनी सांगितली. पायधुनी येथे एक जण पाय धूत असल्याचे वर्णन होते, तर बोरीबंदर येथे पूर्वी बोरीची झाडे व माकडे होती, असाही एकाचा गैरसमज झाला होता. विशाखापट्टण येथील समुद्राकाठच्या सूर्यास्ताचे वर्णन एका कादंबरीत केले होते. वास्तविक विशाखापट्टणच्या समुद्रात फक्त सूर्योदयच दिसू शकतो, पण काल्पनिक वर्णनाने हा घोटाळा झाला होता.

आपण साहित्यप्रेमी लोकांशी संगत ठेवल्यास नकळतच तुमचाही ओढा साहित्याकडे वळतो. चांगले ते वाचत राहिले पाहिजे. उत्कृष्ट साहित्याचा आपल्या मनावर दूरगामी परिणाम होतो, यासाठी पुस्तके विकत घेऊन वाचावीत. ती पुन्हा संदर्भासाठी आपल्याकडे सहज उपलब्ध होऊ शकतात. वाचनालयाशी तर आपला सदैव संपर्क असावा. वृत्तपत्रे वाचावीत, पण साराच वेळ त्यात न खर्चता चांगल्या पुस्तकांसाठीही वेळ शिल्लक ठेवला पाहिजे. माजी उपपंतप्रधान यशवंतराव चव्हाण यांच्या इतक्या व्यापातूनही ते चांगली पुस्तके वाचत असत.

सर्व साहित्यिकांच्या भाषेचा अभ्यास केल्यावर त्यातील कुणाचेच अनुकरण करण्याचा आंधळा प्रयत्न करू नये, तर त्या सर्वांचा आपल्या सर्जनशील मनावर जो परिणाम होईल, त्यातून आपले म्हणून जे साकार होईल, ते उत्स्फूर्त असे आपले शब्दसामर्थ्य समजावे. या शब्दांचा व्याख्यानात जेव्हा उपयोग होतो, तेव्हा त्यावर आपल्या व्याख्यानाचा बराच कस अवलंबून असतो.

वक्त्याची अडचण

सुनील गावस्करने चौकार मारला की, प्रेक्षक कौतुकाने सांगतात, 'स्क्वेअर कट ही त्याची खास स्टाईल.' राम मराठे गाताना सुरेख ताना घ्यायला लागले की, संगीत मैफिलीतले रसिक वाहवा करून म्हणतात की, 'जबड्यातल्या ताना हे तर राम मराठे यांचे वैशिष्ट्य. त्यांची तीच-तीच नाट्यगीते ऐकावीशी वाटतात.' पंकज उदासने गझल पेश केली की, लोक बेहोष होतात, पण नवीन गझलपेक्षा 'घुंगरू टूट गये'च्या वेळीच ते अगदी खूश होतात. अमरावतीला तर मी पाहिलंय, की या गाण्याच्या वेळी लोक नाचायला लागले. झाकीर हुसेनच्या तबलावादनाने लोकांचे कान तृप्त होतात. अनुप जलोटांच्या भजनाने श्रोते मंत्रमुग्ध होतात. या साऱ्यांची तीच कला पुन:पुन्हा पाहावी वाटते. तीच गाणी पुन्हा ऐकावी वाटतात; पण वक्त्याने मात्र पूर्वी सांगितलेलेच उदाहरण व्याख्यानात पुन्हा सांगितले की झाले, श्रोते म्हणणार 'हं! हे तर मागे ऐकले होते.' समारंभात एकाला घातलेला हार दुसऱ्या व्यक्तीस घालण्यासाठी वापरणे हास्यास्पद, तसेच व्याख्यानातही उदाहरण पुन्हा वापरले की हास्यास्पदच आणि ही वक्त्याची फार मोठी अडचण आहे. बरे उदाहरण ऐकलेले असेल, तर त्या माणसाने गप्प बसावे की नाही? तो लगेच उदाहरण आपणास माहिती आहे हे शेजाऱ्याला सांगून स्वत:च्या ज्ञानाची प्रचिती देण्याचा प्रयत्न करतो किंवा तो त्या उदाहरणात पुढे काय सांगणार हे आधी शेजाऱ्याला सांगायला लागतो. व्यासपीठ व प्रेक्षक यात फारसे अंतर नसेल किंवा एखाद्या लहान वर्गात व्याख्यान असेल तर श्रोत्यांतला एखादा धाडसाने हे उदाहरण माहिती आहे असे वक्त्यास सांगण्याचा आगाऊपणाही करतो. हे क्वचित, पण असंभव नाही. आपण व्याख्यानात या श्रोत्यांपुढे हे उदाहरण सांगितलेले नाही ना हे लक्षात ठेवणेच श्रेयस्कर. यासाठी आपल्या व्याख्यानाची टिपणे व्याख्यानाहून आल्यावर पाहावीत. त्यात लिहिलेले मुद्दे व उदाहरणे, जी सदर व्याख्यानात वापरली गेली नाहीत, त्यांना गोल करून ठेवावेत. गोल केला म्हणजे ती आज सांगितली नाहीत. टिपणात नसलेला, पण सांगितलेला मुद्दा त्या टिपणात लिहावा. या टिपणावर सुरुवातीस सांगितल्याप्रमाणे आपण स्थळ व तारीख लिहितोच. हे टाचण एका फाईलमध्ये व्यवस्थित ठेवावे. माझ्याकडे अशी शेकडो टाचणे नीट ठेवलेली आहेत. पुन्हा त्याच श्रोत्यांपुढे व्याख्यानास जावे लागेल, तर फाईलमधील पूर्वीचे टाचण पाहून तीच उदाहरणे पुन्हा येणार नाहीत हे पाहून नवीन टाचण तयार करावे. टाचण म्हणजे निबंध लिहिणे नव्हे, हे इथे मी पुन्हा आपल्याला सांगू इच्छितो. एक किंवा दोन शब्दांत एक मुद्दा लिहिला जातो. म्हणून पंधरा ते वीस शब्दांत केलेल्या टाचणात माझे एक तासाचे व्याख्यान होते. टाचणातले शब्द मात्र चांगले ठळक लिहावेत, म्हणजे

व्याख्यान चालू असताना ते सहज नजरेत येऊन पहिला मुद्दा संपता संपताच पुढचा मुद्दा अगदी जोडून येतो.

आता माघार नाही

वरील तयारी केल्यावरही एखादे उदाहरण व्याख्यानात वापरताना ते श्रोत्यांपैकी कुणी, कुठे ऐकले असण्याची शक्यता असते. आपल्या व्याख्यानात नसेल, तरी अन्य कुठे ते उदाहरण ऐकले असणे अगदीच असंभव नाही. त्या उदाहरणाची सुरुवात केल्याबरोबर एखादा श्रोता पूर्वी गांधी-नेहरूंचा बसून बोलतानाचा फोटो होता तसा दुसऱ्याच्या कानात बोलायला लागतो. आपल्याला वाटते तो त्याला हे उदाहरण माहीत असल्याचे दुसऱ्याला सांगत आहे. कदाचित तो दुसरे काही सांगत असेल, पण तो खरोखरच हे उदाहरण जुनेच आहे असे सांगत असला, तरीही आता वक्ता म्हणून आपण डगमगायचे नाही. ते खुलवूनच सांगायचे. अशा परिस्थितीत काही वेळा असे होते की, उदाहरण गडबडीने फारसा तपशील न देता संपवले जाते, मग त्या उदाहरणाचा आपला विचार पटवून देण्यास काहीच उपयोग होत नाही व व्याख्यानाचा परिणाम कमी होतो. कोणत्याही वेळी ते उदाहरण सर्वच श्रोत्यांना परिचित नसते, तेव्हा त्यांना तरी त्या शब्दफुलांचा रसास्वाद घेता यावा यासाठी उदाहरण हे फुलवूनच कथित करायला हवे. काही वेळा ते उदाहरण खूप दिवसांपूर्वी श्रोत्यांनी ऐकलेले असते. त्यातही बहुतेक जण ते विसरलेले असण्याची शक्यता असते. उदाहरण परिचित असले, तरी ते कोणत्या संदर्भात आपण सांगतो व त्याचा आपल्या विचारांशी कसा संबंध जोडतो हे फार महत्त्वाचे. महाभारत, रामायण, इसापनीती कथा, बिरबल कथा, श्यामची आई, इ. मधील उदाहरणे श्रोत्यांपैकी बऱ्याच जणांना परिचित असतात, तरीही आपला विचार फुलवायला आपण त्यांचा वापर कसा केला हेही श्रोत्यांना अनुभवायला आवडते.

श्रोत्यांना नवीन हवे असते. त्यासाठी नवनवीन उदाहरणांचा भरपूर साठा आपल्याकडे असणे व त्यात सतत भर टाकणे हाच खरा यावर उपाय आहे. यासाठी विविध विषयांवर वाचन असणे आवश्यक आहे. प्रवासात, गप्पांत ऐकलेले, अनुभवलेले प्रसंग लक्षात ठेवून योग्य वेळी त्यांचा वापर केला पाहिजे. मी १९६५ च्या दरम्यान कोणत्या तरी दिवाळी अंकात एक चार ओळींचा विनोद वाचला होता. तो मला आवडला व पुढे कित्येक व्याख्यानांत तो मला उपयोगी पडला. तो विनोद त्या अंकात एक किस्सा म्हणून दिला होता. मी मात्र तो विविध विषयांत त्याचा संदर्भ वेगवेगळ्या पैलूने देऊन वापरला. बँकेतून कर्जे देताना अर्जदाराच्या अर्जाचा विचार विविध अंगांनी करावा लागतो, हा मुद्दा पटवून देताना मी बँक अधिकाऱ्यांपुढे सांगत असे, 'एकदा एका मुलीला पाहायला मुलाकडील मंडळी आली. मुलीकडच्या

लोकांनी सारी जय्यत तयारी केली होती. मुलगी फार हुशार आहे हे दाखवायचा त्यांचा प्रयत्न होता. मुलाकडच्या एकाने म्हटले, 'पोहे फार छान झालेत.' तर लगेच मुलीची आई म्हणाली, 'रेखानेच केले आहेत.' वास्तविक ते मुलीच्या आईनेच केलेले होते. दुसरा माणूस म्हणाला, 'टेबलक्लॉथवरचं विणकाम सुरेख आहे.' लगेच मुलीचे वडील म्हणाले, 'रेखानेच विणलंय.' नंतर पाहुण्यांपैकी एक जण भिंतीवरील पेंटिंग बघून म्हणाले, 'फार सुरेख चित्र आहे, नाही?' तर मुलीची आई म्हणाली, 'रेखानंच काढलंय.' तर तो पाहुणा म्हणाला, 'अहो, पण या चित्राखाली मुळगावकर असं लिहिलंय.' (हशा) कर्ज मागायला येणारा नेहमी सर्व काही चांगले आहे असे सांगत असतो. त्यातील खरे किती व खोटे किती हे चाणाक्ष अधिकाऱ्याने अजमावयाचे असते. या उदाहरणाचा सुरेख परिणाम दिसायचा. कर्ज वितरणानंतरही ते व्यवस्थित वापरले ना हे पाहावे लागते, हे सांगताना महान व्यंगचित्रकार आर.के.लक्ष्मण यांच्या स्टेट बँकेने काढलेल्या कॅलेंडरवरील चित्राचा मी दाखला देई. 'लघुउद्योजकाकडे बँक मॅनेजर भेट देतात. उद्योजक कर्जाचा विनिमय कसा केला हे सांगत असतो. हे लाल कार्पेट आपल्या स्वागतासाठी घेतले आहे, भिंतीवर हे वॉलपेंटिंग बसवले आहे. इलेक्ट्रॉनिक टाईपरायटर घेतलाय. ही सुंदर स्टेनो अपॉईंट केलीय. आता एक लहान गोष्ट खरेदी करायची राहिलीय, ती म्हणजे मशिनरी.'

आद्याक्षरेही उपयुक्त

व्याख्यानात मुद्दे लक्षात राहायला आद्याक्षरे उपयोगी पडतात. आपली वागणूक कशी असावी हे सांगताना आपणच आपल्याकडे पाहात राहावे लागते, Watch ठेवावा लागतो. Watch म्हणजे काय?

Watch your Words	शब्द
Watch your Actions	कृती
Watch your Thoughts	विचार
Watch your Character	आचार
Watch your Habits	सवयी

वरील सर्व शब्दांची आद्याक्षरे म्हणजे Watch हा शब्द होतो.

सवयी त्या सवयीच

Habit never goes हे त्या शब्दावरूनच लक्षात येते. जर HABIT मधील H काढला, तर 'A bit' will remain. सवय जात नाही. त्यातला A सुद्धा काढून टाकला, तरी 'bit will remain, सवय जात नाहीच. त्यातला B सुद्धा काढला, तरी

'it will remain, म्हणजे सवय जातच नाही. तेव्हा आताच चांगल्या सवयी लावून घेणे श्रेयस्कर. हॉलमध्ये व्याख्यान असले व खडू-फळा असेल, तर हे उदाहरण HABIT हा शब्द लिहून एक-एक अक्षर पुसत गेले, तर फारच उठावदार होते.

कसोटी

यशस्वी व्यवसायासाठी व्यावसायिकाने पुढील चार कसोट्यांना उतरावे लागते.
सचोटी (प्रामाणिकपणा)
हातोटी (अनुभव आणि व्यवसायातील हुशारी)
चिकाटी (प्रयत्न चालू ठेवणे)
लिखोटी (हिशेब ठेवणे)
वरील सर्व कसोट्यांमध्ये शेवटी 'टी' हे अक्षर असल्याने एका कसोटी या मुद्द्यावरून अन्य सर्व गुणांचा ऊहापोह करून व्यवसायाच्या यशस्वीतेबद्दल व्याख्यानात प्रतिपादन करता येते.

भारतीय माणूस

माजी सभापती बाळासाहेब भारदे अमरावतीस एका व्याख्यानात म्हणाले की, 'भारतीयाने जेव्हा डोळे मिटलेले असतात, तेव्हा त्याच्यापुढे vision असते. पण डोळे उघडले की Division सुरू झालेच समजा.' तसेच पु.ल.देशपांडे यांनी म्हटलेय, 'फ्रेंच संस्कृती ही द्राक्ष संस्कृती आहे, तर भारतीय संस्कृती ही रुद्राक्ष संस्कृती आहे.''
अशा शब्दांमधील फरकांचा योग्य वापर करून व्याख्यान उठावदार होते.

सगळेच केवळ समजून कसे चालेल?

Assume हा शब्दच मजेशीर बनला आहे. It makes Ass u (and) me. समजुतीने आपण गाढव बनतो. तेव्हा सारखे केवळ समजुतीने न जाता सत्याचा पडताळा घेता आला पाहिजे. वाळवंटातील ओऑसिसप्रमाणे अशा शब्दांची मजेशीर फोड रूक्ष व्याख्यानात आनंद निर्माण करते; पण याचा अतिरेक होत नाही ना, हेही पाहिले पाहिजे.

आत्मचरित्र - चांगले मार्गदर्शन

वक्त्याने सातत्याने नवनवीन आत्मचरित्रे वाचून त्यातील आकर्षक किंवा बोधप्रद प्रसंगांच्या नोंदी आपल्या वहीत ठेवायला हव्यात.
टाटा म्हणजे भांडवलदार, अशी नेहमी ओरड होत असते. 'क्रिएशन ऑफ वेल्थ' या पुस्तकात टाटा कुटुंबाने देशासाठी केलेले कार्य व आजतागायतची बरीच माहिती संकलित केली आहे.

जमशेटपूर हे आज सुंदर औद्योगिक क्षेत्र उभारले आहे; पण त्याच्या उभारणीसाठी किती अविरत कष्ट टाटा कुटुंबीयांनी घेतलेत. उपलब्ध वस्तूंचा व्यापार करणे सोपे; पण जे जमिनीखाली तसेच राहिले असते, ते खनिज वर काढून, पोलादाचा कारखाना काढून देशाच्या औद्योगिक प्रगतीस पायाभूत होणारे पोलाद टाटांनी या देशास दिले. कारखाना उभारणीपूर्वी तेथील जंगल साफ करताना वाघांनी हल्ला करून तीन-चार कामगार मारले. म्हणजे किती कठीण परिस्थितीत हे कार्य चालले होते. जमशेटपूर येथील पोलाद कारखाना व अन्य परिसराचा आराखडा अवलोकनार्थ परदेशात टाटांकडे पाठविण्यात आला. त्यांनी त्यावर उत्तर म्हणून पाठवलेले पत्र सदर पुस्तकात छापलेले आहे. ते म्हणतात, 'सदर आराखड्यात सर्व गोष्टींचा विचार केला आहे; पण मंदिर, मशीद व चर्चसाठी जागा राखून ठेवलेली नाही. भारतीय माणूस हा धार्मिक आहे. त्याची ती गरज लक्षात घेतली, तरच त्याचे कामात लक्ष लागेल.' एका पारशी उद्योजकाने अन्य धर्मीयांच्या मनाचा किती दूरदृष्टीने विचार केला होता!

पर्सनल मॅनेजमेंट किंवा प्रेरणा इ. विषयांवर मी ज्या-ज्या वेळी सदर उदाहरणाचा वापर माझ्या व्याख्यानात केला, तेव्हा ते चांगलेच परिणामकारक झाले.

कॅक्टस अँड रोझेस

शंतनुराव किर्लोस्करांच्या 'कॅक्टस अँड रोझेस' या आत्मचरित्राचाही मी व्याख्यानात वापर केला आहे. शंतनुराव किर्लोस्करांच्या या आत्मचरित्रात शेवटच्या पानावर त्यांनी एक आठवण लिहिलीय. त्यांना एकाने प्रश्न विचारला होता की, 'तुमचे वय आता ऐंशीच्या वर आहे. तरीही तब्येत अगदी व्यवस्थित आहे. याचे रहस्य?' त्यावर त्यांनी उत्तर दिले की, 'हे जुने यंत्र अजूनही चांगलेच कार्यरत आहे. आफ्टर ऑल इट इज किर्लोस्कर प्रॉडक्ट.'

किर्लोस्कर म्हणजे क्वालिटी हे त्यांनी त्यातूनच सांगून टाकले होते. गुणवत्ता किंवा उत्कृष्ट तब्येत यावरून कोणत्याही वेळी उदाहरण आपल्याला त्या दृष्टीने वळवून घेता येते. 'केशवराव दाते' या पुस्तकात त्यांचे आत्मचरित्र काही भागांत, तर इतरांनी त्यांच्याबद्दलचे मांडलेले विचार काही भागांत आहेत. हे पुस्तक म्हणजे मराठी वक्त्याला अगदी भरपूर खाद्य आहे. नाटकासंदर्भात ते विचार मांडतात; पण आवाज, अभिनय इ. विषयांतून वक्त्यालाही शिकण्यासारखा भाग त्यात डोकावून जातो. त्यातील काही किस्से फारच मनोरंजक आहेत.

सन १९१६ च्या दरम्यान नाशिक येथे 'कीचकवध' नाटकाचा प्रयोग होता. केशवराव दाते भीमाची भूमिका करीत. कामास उठाव यावा म्हणून त्यांनी डंबेल्सचा भरपूर व्यायाम करून शरीर कमावले होते. त्यांचा 'भीम' इतका चांगला झाला की,

गावातील तालीम संघाचे लोक त्यांना भेटले व कुस्त्यांच्या फडात पंच म्हणून काम करण्याची विनंती केली. आपणास कुस्तीमधले काही येत नाही व नाटकापुरता एक कुस्तीचा डाव समजून घेऊन त्याप्रमाणे ते कीचकाला पाडत, हेही श्री.दाते यांनी त्या मंडळींना सांगितले, पण ते लोक ऐकेनात. ते म्हणाले की, 'दोन चांगले माहीतगार पंच आहेतच. तुम्ही तिसरे पंच म्हणून तरी उभे राहा.' अखेरीस केशवरावांना तीही भूमिका पार पाडावी लागली.

थोर व्यक्तींबद्दल आदर दाखववावा हे सांगताना केशवराव दाते यांच्याच अनुभवातील एक भाग मी व्याख्यानात सांगतो. किर्लोस्कर नाट्यगृह, पुणे येथे १९२० मध्ये शिवसंभव नाटकाचा प्रयोग झाला. कोल्हापूरचे शाहू महाराज नाट्यप्रयोगास हजर होते. नाटकात शिवजन्माच्या वेळी पाळणा हलू लागला व शाहू महाराज ताडकन उभे राहिले व त्यांनी खाडकन मुजरा केला. हे पाहताच सर्व प्रेक्षक उभे राहिले व त्यांनीही मुजरा केला.

सामान्यातले असामान्यत्व

श्री. लक्ष्मण माने यांनी 'उपरा' या आत्मचरित्रात भटक्या जमातीतील लोकांचे जिणे कसे असते त्याचे सुरेख रेखाटन केले आहे. वडारी किंवा लमाणी लोक गाढव पाळतात. त्यांचा त्यांना खूप उपयोग होत असतो. आपण मात्र एखाद्या मूर्ख माणसाला 'गाढव लेकाचा' म्हणून मोकळे होतो. गाढव नेहमी स्वच्छ पाणी पिते. खायला अमुक एक हवे म्हणून आग्रह नाही. अगदी कागद खाऊनही वेळ निभावते. पाठीवर केवढे ओझे घेऊन ते डोंगर-दऱ्यांतून जाते. लमाणांच्या राहुट्या, भांडी, सारा संसार गाढवाच्या पाठीवर असतो; पण गाढव दरीत कधी कोसळून पडत नाही. घसरायला लागले, तर पाय रोवून ते एका जागी उभे राहते. अगदी अरुंद वाटेनेही ते व्यवस्थित नेते. कामचुकारपणा हा तर त्याला माहीतच नसतो. रात्री त्याच्या पायाला दोरी बांधत असल्याचे नाटक त्याचा मालक करतो व त्यामुळे त्याला बांधले आहे या समजुतीने ते तिथून हलत नाही की, पळून जात नाही. सकाळी मालक पुन्हा त्याला बांधलेले सोडण्याचा अभिनय करतो, तेव्हाच ते हलते. केवढा समजूतदारपणा! हे उदाहरण व्याख्यानात देऊन मी जेव्हा, 'आता कदाचित गाढवांमध्ये कुणी कामचुकारपणा केला, तर ते त्याला 'माणूस लेकाचा' म्हणत असतील,' हे सांगायचो, तेव्हा चांगलाच हशा पिकायचा.

कितीतरी आत्मचरित्रे आज उपलब्ध आहेत. बहुरूपी - चिंतामणराव कोल्हटकर, मी कसा झालो - आचार्य अत्रे, कृष्णाकाठ - यशवंतराव चव्हाण, मी एस.एम. -एस.एम. जोशी, तिसरी घंटा - मधुकर तोडरमल, सांगत्ये ऐका - हंसा वाडकर, मरुभूमिका पुत्र - बिर्ला कुटुंबाचा इतिहास, शांताराम - व्ही. शांताराम, झाले

मृगजळ - दत्ता भट, अशी मी- जयश्री गडकर इत्यादी. वत्त्याने सतत वाचन ठेवले पाहिजे, म्हणजे व्याख्यानाच्या वेळी योग्य ती उदाहरणे पुढे येऊन दाखल होतात व आपले काम करून जातात.

इंटरनेटचा वापर

व्याख्यानाला मुद्दे हवे असतात. त्यासाठी आपण त्या विषयासंबंधीची पुस्तके वाचतो. वाचनालयात ज्ञानकोशही उपलब्ध असतात. याशिवाय आता इंटरनेटमुळे सर्व प्रकारची माहिती तुम्हांला मिळू शकते. त्यासाठी संगणक कसा वापरायचा हे लवकर शिका. ते वाटते तितके अवघड नाही. संगणकावरील बटणे चुकीची दाबली गेली तरी संगणक बिघडत नाही. त्यास काही नुकसान होईल अशी भीती बाळगू नका.

मराठीमध्ये डॉ. व्यंकटेश केतकर यांनी प्रथम ज्ञानकोश निर्माण केले. त्यासाठी त्यांनी खूप कष्ट घेतले. अत्यंत प्रतिकूल परिस्थितीत चिकाटीने काम केले. या ज्ञानकोशात सर्व प्रकारची माहिती आहे. पण आता सर्व ज्ञानकोशापेक्षाही अधिक माहिती इंटरनेटवर उपलब्ध आहे. हवा असलेला विषय स्क्रीनवर टाईप केला की ती माहिती दिसते. प्रचंड माहितीसाठ्यातून उपयुक्त माहितीची निवड करणे हे कौशल्य मात्र वत्त्याचे!

■

व्याख्यान रेंगाळत तर नाही ना?

व्याख्यान रेंगाळत तर नाही ना, हे जाणायला व्याख्यात्याने शिकले पाहिजे. त्यात जिवंतपणा असायला आपल्या विचाराला साजेशी उदाहरणांची गुंफण हवी. कधीकधी श्रोते लहान मुले असतात. त्यांना आपण उपदेशपर चार शब्द म्हणून बरेच ऐकवत असतो; पण ती ते ऐकतात ना हे पाहायला हवे. मी गेल्या महिन्यात एका मुलींच्या गटापुढे बोलत होतो. त्या १० ते १४ वर्षांच्या वयोगटातील होत्या. सामान्यज्ञान, चौकस बुद्धी इ. वाढवावी, हे मला सांगायचे होते. तेव्हा मी इतर विषय प्रतिपादनाबरोबर कोडी विचारली व मुलीही ते सारे आस्थेने ऐकत राहिल्या. मी त्यांना विचारले, 'तुम्ही रोज दूरदर्शनवर कार्यक्रम पाहता तर सांगा - टी.व्ही.वर रोज एका शास्त्रज्ञाचे नाव ऐकतो, तो शास्त्रज्ञ कोण?' इथं मुली विचार करायला लागल्या व पुढे काय इकडे लक्ष लागले. थोडे क्षण थांबून मी म्हटले, 'न्यूज किंवा समाचारमध्ये हे नाव दिसते.' पुन्हा थोडे थांबून म्हटले, 'चार महानगरांका तापमानमध्ये हे नाव उच्चारले जाते.' मग थोड्याच वेळात नाव सांगितले, 'सेल्सिअस' या शास्त्रज्ञाने तापमान नलिका शोधून

काढली. दुसरा प्रश्न, 'सुखकर्ता दुखहर्ता वार्ता विघ्नाची' या आरतीचे कवी कोण?' थोडा वेळ थांबून मी म्हटले, कवीचे नाव त्या आरतीमध्येच आहे.' मग उत्तर सांगितले, 'समर्थ रामदास'. 'दास रामाचा वाट पाहे, सदना' या ओळीतच ते नाव आहे.'

मारुतीच्या मूर्तीवरून ओळखायचे मारुतीचे दोन प्रकार कोणते? उत्तर, 'दास मारुती व वीर मारुती. जो सेवाभावे नमस्कार करतोय, तो दास मारुती व जो गदा उगारलेला किंवा द्रोणागिरी पर्वत उचलताना दाखवलाय, तो वीर मारुती.'

या कोड्यांनी व्याख्यानात तजेलपणाच आला. लहान मुलींपुढे केवळ विचारच मांडत राहिलो असतो तर त्यांनी त्यांच्या मेंदूची श्रवणकेंद्रे बंद करून टाकली असती व कान तेवढे उघडे राहिले असते. संदेशवहन बंदच पडले असते.

रोटरी क्लब, अमरावतीमधील सदस्यांपुढे मी व्याख्यान देत होतो, Effective Communication (परिणामकारक संदेश) हा विषय होता. श्रोते शिकलेले, वयाने मोठे. त्या वेळी मी वापरलेले उदाहरण आजही ध्यानात आहे :

"There is difference between hearing and listening. Hearing is physical action. Listening is mental action. Hearings is in at one ear and out from another ear. Listening leads to implementation of thoughts. Hearings is on entertainment level. Listening is on management level... silence is very effective communication. When I go home late in the night without any preintimation to my wife, no doubt, she opens the door; but she does not utter a single word. That silence is very effective communication."

पु.ल.देशपांडे यांच्या शब्दांत सांगायचं म्हणजे, 'नंतर दोन-चार दिवस तोंडाला तोंड नाही!'

गोष्टी सांगेन युक्तीच्या चार

महाराष्ट्र स्टेट को-ऑपरेटिव्ह बँकेच्या मुंबई येथील अधिकाऱ्यांसाठी मी व्याख्यान देत होतो. व्याख्यानात बरेच वेळा मी असा उल्लेख केला की खातेदार, शाखेतील कर्मचारी, वरिष्ठ अधिकारी यांच्याशी टॅक्टफुली म्हणजेच युक्तीने वागावे. श्रोत्यांपैकी एक अधिकारी म्हणाले, 'आमचे वरिष्ठ अधिकारीही आम्हांला हेच सांगतात, तेव्हा टॅक्टफुली याची व्याख्या सांगाल का?' तेव्हा मी म्हटले, 'मुंबईत माझ्या एका मित्राने मला जेवायला घरी बोलावले होते. आम्ही गप्पागोष्टी करीत जेवत होतो. मित्राच्या बायकोने पापड तळून एका टोपलीत ठेवले होते व ती ते वाढत नव्हती. बाकी सर्व बेत उत्तम केला होता. आता ती पापड का वाढत नसावी? ती काही मारवाडी नव्हती की, पापड जेवताना शेवटी देईल. अस्सल

मराठीच होती. म्हणजे ती पापड वाढायला विसरलीच होती. आता आपण पापड मागावा, तर कदाचित तिला वाटायचं काय हावरट पाहुणे आहेत हो. लगेच मागायला लागलेत. न मागावा तर पापड तसेच राहून जातील व नंतर तिच्या लक्षात आल्यावर ती म्हणेल, 'कुणीसुद्धा आठवण केली नाही. एवढे पुढ्यात पापड दिसत होते, तर जरा म्हणायचं. त्यात काय झालं. आमचे हे एक नाही बोलले, पण पाहुण्यांनी तरी जरा बोलायचे,' असा मनात विचार चालू होता. एकीकडे पापडाकडेही लक्ष आहे. काय करावं? तेवढ्यात मी मित्राशी बोलताना म्हटलं - काल राणीच्या बागेत गेलो होतो. तिथं अजगर केवढा लांब होता रे - इथून त्या पापडाच्या टोपलीइतका लांब, असे म्हणताच पापड ताटात आले.' त्या अधिकाऱ्याला टॅक्टफुलीचा अर्थ पुरेपूर कळला होता.

ओबेराय हॉटेल, मुंबई येथे मॅनेजमेंट असोसिएशन, दिल्ली यांच्यातर्फे दोन दिवसांचा 'डिसिप्लिनरी ॲक्शन' या विषयावर परिसंवाद ठेवला होता. त्या वेळी आजच्या कामगारांमध्ये शिस्त नाही, असा एक मुद्दा मांडला जात होता. तेव्हा उपस्थितांमध्ये वातावरण मोकळे व्हायची आवश्यकता मला वाटत होती. मी एक किस्सा सांगितला. 'एका बोटीतून रशिया, अमेरिका व भारत या तीन देशांचे नौदल अधिकारी व त्यांचे सैनिक चालले होते. रशियन कप्तान म्हणाला, आमचे सैनिक धाडसी आहेत. तुम्हांला मी त्याचे प्रात्यक्षिकच दाखवितो, असे म्हणून त्याने त्याच्या एका सैनिकाला बोलावले व म्हटले, या बोटीतून समुद्रात उडी मारायची व दहा मिनिटांत पुन्हा इथे वर येऊन दाखवायचे. त्याने 'येस सर' म्हणून सॅल्यूट केला. त्यावर अमेरिकन कप्तान कौतुकाने म्हणाले, 'सी द डेअरिंग'. भारतीय कप्तानानेही लगेच आपल्या सैनिकाला बोलावणे पाठविले व त्याला सांगितले की, या बोटीतून समुद्रात उडी मारायची. अवघ्या पाच मिनिटांत परत इथं येऊन रिपोर्ट करायचा. त्यावर तो सैनिक म्हणाला, 'चालत्या बोटीतून उडी मारायला तुमच्या बापाने तरी कधी सांगितले होते का?' त्यावर भारतीय कप्तान त्या अन्य दोन कप्तानांना म्हणाला, 'सी द डेअरिंग!'

जांभई ही सर्वांत मोठ्याने मारलेली आरोळी

आपले भाषण चालू असताना जर एखाद्या श्रोत्याने जांभई दिली, तर भाषण कंटाळवाणे चालले आहे हे समजावे. मी 'Communication' या विषयावर बोलतो, तेव्हा व्यवस्थापन तत्त्वांतील एक तत्त्व आवर्जून सांगतो. ते म्हणजे :

'When there is possibility of misunderstading, there shall be misunderstanding याप्रमाणे व्याख्यानाच्या बाबतीत समजावे - व्याख्यान कंटाळवाणे होते आहे, अशी आपणास पुसटशी जरी कल्पना आली, तरी ओळखावे की ते

कंटाळवाणेच व्हायला लागले आहे. लोक इकडे-तिकडे पाहायला लागणे, त्यांची चुळबुळ सुरू होणे, शेजाऱ्याशी गप्पा मारणे, खिशातली तंबाखूची पुडी खायला बाहेर काढणे, काही जण उठून निघून जाणे, इ. खुणा या आपले व्याख्यान नीरस होत चालल्याच्या द्योतक आहेत. एक माणूस घड्याळात पाहत होता. ते वक्त्याच्या लक्षात यायला पुरेसे होते; पण वक्ता काही थांबेना. तेव्हा त्या श्रोत्याने घड्याळाला किल्ली दिली. तरीही भाषणाचा पट्टा आवरेना. तेव्हा त्याने घड्याळ काढून कानाला लावून चालू आहे ना पाहिले, तेव्हा कुठे वक्त्याला योग्य ती सूचना उमगली.

विचार, विचार व विचारच

केवळ वैचारिक विवेचन चालू ठेवले तर ते रटाळ होण्याचीच शक्यता अधिक. तेव्हा भाषणात मधूनच उदाहरणे, विनोद इ. पेरणे चालूच ठेवा. आवाजात चढउतार राहू द्या. अर्थपूर्ण शब्दांवर थोडा अधिक जोर द्यायला हवा. काही वेळा दोन शब्दांतले अंतर कमी-जास्त केले पाहिजे. तेव्हा आपला विचार श्रोत्यांपर्यंत कसा पोहोचवावा याचा सातत्याने विचार केला असता, असे लक्षात येईल की, विचाराला योग्य त्या आकर्षक उदाहरणाची व उठावदार भाषाशैलीची जोड हवी.

आकर्षक शेवट

भाषणाची सुरुवात जशी ठरवलेली असावी, तसाच भाषणाचा शेवटही ठरवलेला असावा. आकर्षक सुरुवातीनंतर मुख्य विषयाचे विवेचन झाल्यावर व्याख्यानाचा शेवट हा परिणामकारक झाला पाहिजे. एखादी एकांकिका स्पर्धा असते, त्यात परीक्षक त्या-त्या एकांकिकेचे मूल्यमापन करून गुण देत असतात. तरीही जी एकांकिका शेवटी होते, ती प्रभावी झाल्यास त्याचा जरा जास्तच प्रभाव परीक्षकांवर पडण्याची शक्यता असते. शेवटी काय सांगितले हे श्रोत्यांच्या जास्त लक्षात राहते. ते दूरगामी टिकणारे असते. राजकीय पुढारी निवडणुकीच्या काळात उमेदवाराबद्दल माहिती देतील. स्थानिक प्रश्न सोडविण्यास आपले उमेदवार अधिक लायक आहेत, त्यांनाच मते द्या, हे सांगून व्याख्यानाचा शेवट करतील. सुरुवातीसच जर त्यांनी मते द्या सांगितले, तर त्याचा तितकासा परिणाम होणार नाही. समारोप ही तुमचा विचार श्रोत्यांना पटविण्याची शेवटची संधी आहे. नोकरीसाठी एखाद्याने अर्ज केला असेल, वैद्यकीय तपासणी दिली असेल, लेखी परीक्षेत उत्तीर्ण झाला असेल, तरी शेवटी मुलाखत हीच महत्त्वाची व निर्णायक ठरते. व्याख्यानातील

समारोपाचेही तसेच आहे. आता शेवटी जे सांगणार, ते श्रोत्यांच्या अंत:करणात पोहोचून ते दीर्घ काळ टिकणार.

सारांश

जो विषय मांडला त्यातील सर्व मुद्द्यांचे संकलन सारांश रूपाने समारोपात केल्यास ते बऱ्याच दृष्टींनी उपयुक्त ठरते. विषय लक्षात राहण्यास पुनरावृत्ती मदतच करते; पण पुनरावृत्ती म्हणजे तेच-तेच सांगण्याचे गुऱ्हाळ नव्हे, तर आधी विस्तृतपणे कथन केलेल्या मुद्द्याची संक्षिप्त आठवण. एखाद्या मुद्द्याचे श्रोत्यास नीट आकलन झाले नसेल, तर ते पुन्हा सारांशात ऐकल्याने होऊ शकेल व एक एक पैलू स्वतंत्रपणे ऐकला, त्याचे एकत्र सूत्र एकदमच ऐकायलाही श्रोत्यांना आवडेल.

धन्यवाद

व्याख्यानाच्या शेवटी वत्त्याने त्याला व्याख्यानाची संधी दिल्याबद्दल कृतज्ञता व्यक्त करण्याची पद्धत आजही आहे, पण त्यामध्ये फार लांबण लावू नये. तसेच 'मला जे सांगायचे होते, ते सांगून झाले आहे' किंवा 'माझे चार शब्द आपण ऐकलेत याबद्दल मी आभारी आहे, मी आपली रजा घेतो,' हेही टाळता आले, तर बरे. ज्या संस्थेने तुम्हांला बोलावले त्यांच्या कार्यप्रशंसेचा उल्लेख करून ऋण व्यक्त केले म्हणजे पुरेसे आहे.

काव्यपंक्तीने समारोप

आपल्या देशावर परकीय शक्तींचा हल्ला झाला असता, देशजागृतीसाठी झालेल्या व्याख्यानाचा समारोप कवी कुसुमाग्रज यांच्या 'आवाहन' कवितेतील शेवटच्या पंक्तींनी प्रभावी ठरला.

कोटि कोटि असतील शरीरे मनगट अमुचें एक असे
कोटि कोटि देहांत आजला एक मनीषा जागतसे
पिवळे जहरी सर्प ठेचणे, अन्य मना व्यवधान नसे
एक प्रतिज्ञा, विजय मिळेतो राहिल रण हे धगधगते
रक्त आपुल्या प्रिय आईचे शुभ्र हिमावर ओघळते ॥

स्वातंत्र्यदिनाच्या भाषणामध्ये स्वातंत्र्यासाठी प्राणार्पण केलेल्या लोकांचे स्मरण ठेवण्यासाठी पुढील काव्यपंक्ती सांगूनही व्याख्यानाचा समारोप केलेला मी अनुभवलाय :

ऐ मेरे वतनके लोगों
जरा आँख में भर लो पानी ।
जो शहीद हुए है उनकी
जरा याद करो कुर्बानी ॥

पाणी घालून आमटी वाढवू नका!

आपले मुद्दे संपत आल्यावर मुद्दाम ओढूनताणून ते वाढवू नयेत. दूरदर्शनवरील काही मालिका लांबत गेल्याने कमी आकर्षक होत गेल्या, तसे व्हायचे. पाणी घालून आमटी वाढवण्यातला हा प्रकार. एक वक्ते त्यांना दिलेला ४० मिनिटांचा वेळ संपल्यावरही बोलत राहिले व संयोजकांना ते वरचेवर म्हणत की, मी अजून दहा मिनिटे घेतली, तर तुमची हरकत नसावी. असे म्हटल्यावर ते संयोजक 'खरे म्हणजे आता पुरे झालं, थांबा.' हे मनातले खरे विचार कसे सांगणार? तेव्हा एकाने म्हटलेय, व्याख्यान हे स्त्रीच्या स्कर्टसारखं असावं. आवश्यक ते सारे कव्हर करण्याइतपत लांब व आकर्षक वाटण्याइतके आखूड, हेच खरे.

एका वक्त्याची बायको प्रेक्षकांत बसून नवऱ्याला भाषण लहान करण्याची खूण करायची. त्यासाठी ती तोंडावर बोट ठेवून 'फ्लाईंग किस'सारखी खूण करायची. KISS या शब्दाचा त्यांचा ठरलेला अर्थ असायचा : KEEP IT SHORT STUPID!

तत्त्ववेत्ता सॉक्रेटिसचा एक मित्र परदेशी चालला होता. त्याने सॉक्रेटिसला विचारले, त्या प्रांतात विविध रंगांचे सुरेख पक्षी मिळतात, गाणारे पक्षीही मिळतात, मी तुमच्यासाठी कोणते आणू? त्यावर सॉक्रेटिस म्हणाला, 'ज्या पक्ष्यांना गाताना कुठं थांबावं हे कळतं असे पक्षी आण. ते मला आवडतील.' हे उदाहरण सांगून मी पुढे म्हणतो, वक्ताही योग्य ठिकाणी थांबलेलाच लोकांना आवडतो. असे म्हणून मी भाषण थांबवायचो, तेव्हा ते प्रभावी व्हायचे.

म्हणी समारोपास चांगल्या

चिनी भाषेत म्हण आहे. त्याचा अर्थ असा :

'तुम्हांला एक वर्षाची तयारी करायची असेल, तर धान्य पेरा व पीक घ्या. दहा वर्षांची तयारी करायची असेल, तर झाडे लावा व शंभर वर्षांची तयारी करायची असेल, तर माणूस घडवा.' आज आपण लोकमान्य टिळकांच्या चरित्राकडे ज्या जाणिवेने पाहिले, तेव्हा ही म्हण किती सत्य आहे याचाच पडताळा आला. हाही एका व्याख्यानातला शेवट आकर्षक असाच झाला.

वृत्तपत्रातील बातमीने शेवट

'अमेरिकेत एक नवीन प्रकारचा फ्रीज बाजारात आलाय. त्याचे नाव बार्किंग फ्रीज - म्हणजे भुंकणारा फ्रीज. या फ्रीजमध्ये टेपरेकॉर्डरप्रमाणे कॅसेट बसवलेली असते. ती डॉक्टरांच्या शिफारशीप्रमाणे किंवा स्वतःच्या गरजेप्रमाणे बसवलेली असते. फ्रीजचे दार उघडताच ती कॅसेट बोलायला लागते, 'अहो, मघाशीच तर खाल्लंत ना? डॉक्टरांनी तुम्हांला डाएट सांगितलंय, अन् तुम्ही पुन्हा खायला

लागलात? स्वत:च्या जिभेवर ताबा ठेवायचं तुम्ही ठरवलंय ना? मग... तुम्हांला इतक्या कॅलरीजची गरज नाही.' ...आता नको असलेले पाहुणे घरी असतील, तर अशी कॅसेट लावायला हरकत नाही! पण भारतात या फ्रीजचा वापर अजून सुरू झाला नाही, कारण येथील लोकांना संयम ही काय चीज आहे हे माहिती आहे. स्वत:वर त्यांचा ताबा आहे. कुठे थांबावे हे त्यांना माहीत आहे. आज येथे अशी थांबवणारी कॅसेट नाही. तरीही मी येथेच थांबतो.' हा एक शेवट करण्याचा प्रकार. ज्या संस्थेने आपणास व्याख्यानास बोलावले आहे, त्यांचेही आभार व्याख्यानाच्या अखेरीस मानावेत, पण त्यात पाल्हाळ लावू नये. शेवटी ठरविलेल्या उदाहरणाच्या आधी किंवा ते झाल्याबरोबर आभार व्यक्त करावेत व श्रोत्यांना नमस्कार करून बसावे. 'आपण माझे चार शब्द शांत चित्ताने ऐकून घेतलेत याबद्दल आभारी आहे,' हे वाक्य आता फार जुने झाले. ते न वापरलेले चांगले. त्यापेक्षा 'आपल्यापाशी मनोगत व्यक्त करायची संधी दिलीत त्याबद्दल आभार' हे वाक्य चांगले.

हसतखेळत समारोप

व्याख्यानाचा शेवट हा श्रोत्यांना हसवून करता आला, तर तोही उठावदार होतो. जाताना प्रेक्षक हसतमुख बाहेर पडतात. त्यांच्या चेहऱ्यावर प्रसन्नता राहते. कसातरी रूक्ष समारोप करण्यापेक्षा विनोदाचा वापर करता आला तर उत्तमच. पण पुन्हा सांगतो, विनोदासाठी विनोद नको, तर तो त्या विषयाशी सुसंगत असला पाहिजे.

अडाण्याचे डोळे

डोळ्यांचे डॉक्टर एका पेशंटचे डोळे तपासत होते. त्याला कोणत्या नंबरचा चष्मा लागणार हे पाहण्यासाठी एक-एक लेन्स ते डोळ्यांपुढे धरत होते व समोरील भिंतीवरील अक्षरे वाचायला सांगत होते. तो 'नाही', 'नाही' म्हणत होता. एक-एक करून सगळी भिंगे त्याच्या डोळ्यांपुढे धरून झाली, तरी तो आपला नन्नाचा पाढाच वाचत होता. शेवटी डॉक्टर कंटाळून म्हणाले, 'तुम्हांला कोणतेच अक्षर कसे काय वाचता येत नाही?' तेव्हा तो पेशंट म्हणाला, 'अहो, मी लिहायला-वाचायला शिकलोच नाही.' हे उदाहरण मी संस्थेच्या कार्यकर्त्यांना सांगत असे. प्रत्येकाची काय कुवत आहे, त्याला कितपत जाण आहे हे पाहून त्याचा उपयोग करून घेत जा व उगीचच एखाद्याकडून जास्त अपेक्षा ठेवणे चुकीचे असते, हा विचार सांगून नंतर वरील उदाहरण सांगून एकदा व्याख्यान संपवल्याचे स्मरते.

कंडक्टर्ससाठी

नागपूर येथे एस.टी.च्या कंडक्टर्ससाठी एक व्याख्यान होते. ते व्याख्यान

संपवताना म्हटले, 'ओळख ठेवा व कधी एस.टी.मध्ये घुसत असेन, तर बस, बस! खाली उतरा, असे मला तरी म्हणू नका.' यावर चांगलाच हशा पिकला.

दारू चांगली?

दारूबंदीचे महत्त्व व्याख्यानातून विशद केल्यावर श्रोत्यांवर आणखी चांगला प्रभाव पडावा म्हणून एका पुढाऱ्याने दोन ग्लास प्रेक्षकांपुढे ठेवले. त्यांना सांगितले की, 'एका ग्लासात दारू आहे आणि दुसऱ्या ग्लासात पाणी आहे. मग त्याने एक मुंगी पाण्याच्या ग्लासात सोडली. थोड्या वेळाने ती बाहेर काढली, तर जिवंत होती. नंतर तीच मुंगी दारूच्या ग्लासामध्ये टाकली, तर लगेचच मेली.' नंतर त्याने श्रोत्यांना प्रश्न केला, 'या प्रयोगावरून काय शिकलात?' तेव्हा एक माणूस प्यालेल्या अवस्थेत कसाबसा उभा राहिला आणि म्हणाला, 'यावरून हे ध्यानात येतं की, दारू प्याल्यावर पोटातले सगळे किडे मरून जातात.'

आजच्या व्याख्यानातून योग्य तो बोध आपण घ्याल ही आशा आहे. या किश्श्याने केलेली व्याख्यानाची सांगताही छान झाली. व्यक्तिविकास या विषयावर मी बऱ्याच संस्थांत व्याख्याने दिली. व्याख्यानाचा उत्कृष्ट परिणाम साधण्यासाठी मी शेवट अगदी परिणामकारक करीत असे. त्यातला काही भाग येथे देत आहे. प्रत्येक व्याख्यानात तीच-तीच उदाहरणे किंवा त्यांचा क्रम एकच न ठेवता योग्य तो बदल करण्यासाठी खबरदारी घेई.

प्रसंगाचा वापर

एकदा एका घरात वडील वर्तमानपत्र वाचत बसले होते. शेजारीच लहान मुलगा होता. त्याने खेळता-खेळता भारताचा नकाशा फाडला. झाले, वडील एकदम रागावले. भारताचा नकाशा फाडला म्हणजे काय? त्यांनी रागाने त्या मुलाला एक रट्टा मारला व म्हणाले, 'मूर्ख कुठला, नकाशा होता तसा करून दे.' ते पुन्हा पेपर वाचायला लागले. मुलाला नकाशा पुन्हा जुळवणे शक्य होणार नाही हे त्यांना माहीत होते. पण थोड्याच वेळात मुलगा वडिलांकडे गेला व म्हणाला, 'हा पाहा मी नकाशा जुळवला.' वडिलांनी पाहिले तर महदाश्चर्य, मुलाने खरोखरच नकाशा व्यवस्थित जुळवला होता. हे कसे काय जमले हे वडिलांनी त्याला विचारले. तो म्हणाला, 'या नकाशाच्या मागे एका माणसाचे चित्र होते. मला माणसाचा हात कोणता, पाय कोणता, डोके कोणते हे माहीत होते. त्याप्रमाणे हात, पाय, अंग, डोके हे नीट जुळवले. आता मागे नकाशा नीट जुळला की नाही, याची मला कल्पना नाही.'

माणसाने थोडे जुळवून घ्यायचे ठरवले की, मग घर जुळून जाते, संस्था जुळते व देशही एकसंध राहतो.

कथेने शेवट

मनाची तडजोड करायची म्हणजे दुसऱ्यासाठी काही करायची तयारी ठेवायची. एकदा ब्रह्मदेवाने देव आणि राक्षसांना जेवायला बोलावले. आता ब्रह्मदेव म्हणजे सर्वश्रेष्ठ, त्याचे आमंत्रण म्हणून सर्व देव व राक्षस अगत्याने आले. भोजनास सर्व प्रकारची पक्वान्ने केली होती, पण ब्रह्मदेवाने एक प्रकटन केले. ते म्हणाले, 'भोजन व्यवस्था सर्व झालेली आहे. फक्त भोजनासाठी बसायला जागा अपुरी आहे. तेव्हा देवांनी किंवा राक्षसांनी, दोन्हीपैकी एकाने एका पंक्तीस बसावे. ती झाल्यावर दुसरी पंगत बसेल,' दोघेही म्हणू लागले, 'आम्ही आधी, आम्ही आधी.' तेव्हा ब्रह्मदेवाने त्यांना विनंती केली, 'एकाने कुणीतरी सबुरीने घ्यावे.' देवांच्या अंगी देववृत्ती असल्यामुळे देव म्हणाले, 'ठीक आहे, आम्ही थांबतो.' झाले, पहिली पंगत बसली. सर्व पक्वान्ने वाढली होती. चंदनाचे पाट, सुरेख रांगोळ्या, सर्व काही थाट होता. पण ताटाच्या कडेला एक-एक लोखंडी पट्टी ठेवली होती. राक्षसांनी विचारले, 'हे कशासाठी?' तेव्हा ब्रह्मदेवाने सांगितले, की 'या भोजनासाठी ही एक अट आहे. ही पट्टी प्रत्येकाच्या उजव्या हाताच्या कोपरास बांधली जाईल व मग त्या हातानेच जेवायचे. राक्षस म्हणाले, 'ही काय विचित्र अट. ही अट लादायचीच असेल, तर ती देवांनाही हवी.' 'हो, हो. ही अट देवांनाही आहे,' असे ब्रह्मदेवाने अभिवचन दिले व प्रत्येक राक्षसाच्या कोपराला घट्टपणे पट्टी बांधण्यात आली. राक्षस भुकेले होते. ब्रह्मदेवाने विनंती करताच त्यांनी जेवायला सुरुवात केली. हातात लाडू घेतला. पण कोपरात हात वाकत नसल्याने तो तोंडात जाईना. प्रत्येकाची तीच गत झाली. शेवटी रागाने त्यांनी पाने उडवून दिली व आता देव तरी कसे खाऊ शकतात ते पाहू या, अशा आविर्भावाने रागात ते तिथे उभे राहिले. पुन्हा पंगत वाढली. रांगोळ्या घातल्या. सर्व पक्वान्ने वाढली. प्रत्येक देवाच्या हाताच्या उजव्या कोपराला लोखंडी पट्टी बांधण्यात आली. ती घट्ट बांधली गेली ना हे राक्षसांनी पाहिले. ब्रह्मदेवाने आज्ञा करताच शुभेच्छा व्यक्त करून देव भोजन करू लागले. देवापैकी एकाने घास घेतला व दुसऱ्यास भरवले, दुसऱ्याने घास घेऊन पहिल्यास भरवले, असे आनंदात गप्पागोष्टींत त्यांनी भोजन केले. राक्षस हे पाहातच राहिले.

दुसऱ्यासाठी काही करीत राहिल्यास स्वतःचा फायदा होतो. केवळ मला काय मिळेल या विवंचतेत राहणारे नेहमी दुःखात राहतात. आपण दुसऱ्याचे भले इच्छिणारे राहिलो, तर मन स्वच्छ व आनंदी राहते व त्यातून जे प्रकट होते, ते खरे व्यक्तिमत्त्व!

समारोपासाठी नाट्यपंक्ती

आपले दुःख आपल्यापाशी ठेवून दुसऱ्याला केवळ आपला हसतमुख

चेहरा दाखववावा. नाटककार पुरुषोत्तम दारव्हेकर यांनी 'वऱ्हाडी माणसं' या नाटकात याचे सुरेख रेखाटन केले आहे. आबाजींच्या मुलीचे लग्न ठरलेले असते. ते मुलीला उपदेश करताना सांगतात, 'पोरी, लगीन कराया निघालीस, पन नाचन्यागान्यावाणी सोपी नाय ती संसार करण्याची कला. ते तर पदरात निखारे घेऊन चालणे, पदर तर पेटला नाय पायजे. निखारे तर विझले नाय पाहिजेत. त्यातून कधी हात भाजलाच तर ओठावरचं हसू कमी नाय झालं पायजे, पोटातली माया आटली ना पायजे, कुळवंताची चाल अशी असली पायजे, पायात काटे गडले, तरी बिघडली नाय पायजे' या नाट्यपंक्तींनी केलेल्या अखेरीने श्रोत्यांवर चांगलाच प्रभाव पडे व व्यक्तिमत्त्वाचे सार त्यांच्या मनावर बिंबवलेले असे.

त्रिवेणी संगम

भाषणाची आकर्षक सुरुवात, श्रोत्यांना सांगावेसे वाटणारे विचारधन, त्यांची सुरेख मांडणी व परिणामकारक शेवट यानंतर आपोआपच येते ती श्रोत्यांची टाळ्यांच्या कडकडाटीची दाद व वक्त्याला मिळालेले मानसिक समाधान!

वाचलेले भाषण

वक्तृत्वावरील इतके सगळे मुद्दे लक्षात घेतले, तरी अगदी नवशिका आहे तो म्हणणार, आपली भीती काही जात नाही. त्यामुळे भाषणास अजून उभे राहायचे जमत नाही. तेव्हा मग भाषण लिहून काढून सभेत वाचा. वाचताना स्पष्ट आवाज, वाक्य संपल्यावर थोडेसे थांबणे, हे अगदी ध्यानात ठेवून करावे. वाचताना शब्दांचा अर्थ लक्षात घेतल्यास त्या शब्दावरील जोर कमीजास्त केला जातो व श्रोत्यांना ते ऐकायला बरे वाटते. काही वेळा भीतीपोटी शब्दांचा अर्थ लक्षात न घेता टेपरेकॉर्डरने शब्द ऐकवत राहावे, तसे आपण वाचत राहतो. माजी केंद्रीय नभोवाणी मंत्री विठ्ठलराव गाडगीळ यांनी सांगितलेला किस्सा पाहा : 'एक मंत्रिमहोदय व्याख्यानास उभे राहिल्यावर खूप बोलत. त्यांचे व्याख्यान चांगलेच लांबत असे. त्यामुळे ते रटाळही होई. त्यांच्या सेक्रेटरीने त्यांना थोडक्यात बोलत जा, अशी विनंतीवजा सूचनाही करून पाहिली. पण व्यर्थ! शेवटी मंत्रिमहोदय म्हणाले, 'योग्य वेळात व्याख्यान पुरे होण्यासाठी मी यापुढे लिहिलेले भाषणंच वाचीन.' त्यानंतर पुढील व्याख्यानात त्यांनी भाषणाचे वाचन केले. नंतर कौतुकाने त्यांनी सेक्रेटरीला विचारले,

'आज योग्य तेवढेच बोललो ना?' तेव्हा सेक्रेटरी म्हणाले, 'साहेब, तुम्ही भाषण व त्याच्या कार्बन कॉपीच्या जादा दोन प्रतीही वाचल्यात.'

सारांशाने ध्यानात ठेवायचे म्हणजे अर्थपूर्ण वाचन हवे. कागदावर आपल्याला समजेल अशा अक्षरात लिहिलेले असावे. एका ओळीत शेवटी पूर्ण अक्षर असावे, नाही तर ते अर्धे अक्षर वाचून, थोडे थांबून, अक्षराचा पुढील अर्धा भाग वाचला, तर बरे दिसत नाही. तसेच पानावर शेवटी वाक्य पूर्ण केलेले असावे. अर्धे वाक्य वाचून थांबून, मग पुढील पानावर पाहून, नंतरचे अर्धे वाक्य पूर्ण केल्याने सलग वाक्य म्हटले जात नाही. चांगले वाचन होत नाही.

आज जरी भाषण हे वाचून केले असले, तरी यापुढे ते कमी करायचे आहे, शक्यतो न वाचता बोलायचे आहे. केवळ लोकांपुढे उभे राहण्याची भीती कमी व्हावी म्हणूनच वाचले आहे, पण वाचनात लोकांशी वक्त्याचा संवाद प्रस्थापित होत नाही. त्यामुळे वाचन हे खऱ्या अर्थाने वक्तृत्वच नव्हे.

मी माझे पहिले भाषण पाठक हॉल, सातारा येथे वाचलेच होते. प्रथम मी बोलायलाच तयार नव्हतो. ते काम दुसऱ्यावर ढकलण्याचा प्रयत्न करीत होतो; परंतु त्या वेळचे न्यू इंग्लिश स्कूलचे शाळाप्रमुख श्री. दा. सि. देसाई यांच्या आग्रहामुळे मी बोलण्याचे ठरविले. भाषण तयार केले. लिहून काढले. सभेत उभे राहण्याचे धाडस होत नव्हते, मग सभेत ते वाचलेच. वाचतानाही हात कापत होता, त्यामुळे हातातील कागदही कापत होता. आवाजही थोडा भीत भीतच येत होता. भाषण संपले व आपणही लोकांपुढे उभे राहू शकतो, याची मनाला खातरी पटली. त्यानंतर मी कधीही वाचून भाषण केले नाही. पाहुण्याची ओळख करून देणे, आभारप्रदर्शन करणे, अशी छोटी कामे सुरुवातीस स्वीकारली.

गोवावीर मोहन रानडे यांची पोर्तुगालमधून सुटका करण्यासाठी संगीतकार सुधीर फडके व बाबासाहेब पुरंदरे यांनी जनमत जागृत करण्याचे आवाहन केले. त्यामुळे त्याच विषयावर वीसएक सभांतून लहान-लहान भाषणे केली व सभेची भीतीच नाहीशी झाली. कन्याकुमारी येथील विवेकानंद स्मारक उभारण्यासाठी सातारा जिल्हा कार्यकारिणी स्थापन झाली होती. प्राचार्य शिवाजीराव भोसले त्या समितीचे सेक्रेटरी होते; तर मी उपसचिव होतो. त्यामुळे प्राचार्य शिवाजीरावांच्या अनेक सभा जवळून अभ्यासता आल्या. त्यातूनही प्रास्ताविक करण्याचे काम मिळाले व पहिल्या वाचलेल्या भाषणानंतर आजतागायत न वाचता विविध विषयांवर मी १००० वर भाषणे दिली.

आकाशवाणीवरील भाषण

निगोशिएबल इन्स्ट्रूमेंट कायद्याला १९८१ मध्ये शंभर वर्षे झाली. त्या

निमित्ताने आकाशवाणी पुणे येथे 'चेकच्या गमतीजमती' हे व्याख्यान मी दिले. हे व्याख्यान लिहून काढले व ठरावीक वेळात ते होते ना हे पाहिले. त्या वेळी साहित्यिक व्यंकटेश माडगूळकर हे पुणे आकाशवाणी केंद्रावर अधिकारी होते. भाषण संमतीसाठी आकाशवाणीकडे पाठविले होते. त्यांनी दोनच बदल सुचविले. एक म्हणजे व्याख्यानात जिथे-जिथे 'व' हा शब्द होता तिथे 'आणि' हा शब्द वापरायला सांगितले. दुसरा बदल म्हणजे पुढील किस्सा वगळायला सांगितले.

'अमेरिकेत बँका खातेदारांच्या मागणीप्रमाणे चेकबुकावर चित्रेही छापून देतात. एका गृहस्थाने प्रथम पत्नीला घटस्फोट दिला. तिने पोटगीसाठी त्याच्याविरुद्ध दावा दाखल केला. कोर्टाने निकाल त्या स्त्रीच्या बाजूने दिला. तिला नुकसान भरपाई देण्यासाठी सदर गृहस्थाने आपल्या नूतन पत्नीचे चुंबन घेतानाचा फोटो चेकवर छापून घेतला व त्यावर रक्कम लिहून तो चेक घटस्फोटित पत्नीला दिला.'

ही काटछाट झाल्यावर पुन्हा ते भाषण ठरावीक वेळेत बसेल असे तयार केले. आकाशवाणीच्या एका बंद खोलीत आपण बसतो व भाषण वाचतो. एक दिवा लागला की, भाषण सुरू करायचे व लाल दिवा लागला की, थांबायचे. आकाशवाणीवरील हे भाषण बसूनच वाचत असल्यामुळे, 'मी आपणापुढे विचार मांडायला उभा आहे.' असले वाक्य नसावे. घरी एकदा टेप करून ऐकल्यावर आपल्याच चुका आपल्या लक्षात येतात. आपण फार हळू वाचतोय किंवा फार भरभर वाचतोय, आवाज अगदीच वाचल्यासारखा येतोय, एकाच लयीत येतोय, हे लक्षात आल्यावर आपण योग्य ते बदल करायला शिकतो. आकाशवाणीवरील व्याख्यान वाचताना कागद अलगद, आवाज न करता उलगडावा. नाहीतर तोही आवाज टेप होतो. बाकी एका कागदावर पूर्ण वाक्य असावे वगैरे वर सांगितलेल्या सूचना ध्यानात ठेवाव्यात. व्याख्यान संपल्यावर जागीच बसून राहावे. टेप करणारे दुसऱ्या खोलीत असतात. ते येऊन तुम्हांला रेकॉर्डिंग झाल्याचे सांगतात. मग उठावे. जयंती, पुण्यतिथी, स्मृतिदिन इत्यादींच्या निमित्ताने आकाशवाणीवर व्याख्याने आयोजित होतात, तेव्हा त्यातील निमित्त हेरून आकाशवाणीकडे व्याख्यान पाठवावे.

प्रास्ताविक व ओळख

नवीन वक्त्याला व्याख्यानाची सवय व्हावी म्हणून त्याने पाहुण्यांचा परिचय करून द्यायचे काम सुरुवातीस घ्यावे. यामध्ये काय बोलायचे हे ठरलेले असते. ते थोडा वेळच असते. अशा लहान सुरुवातीने सराव सुरू होतो. काही वेळा प्रास्ताविक व ओळख ही दोन्ही कामे एकाकडेच असतात, तेव्हा कार्यक्रमाचे प्रयोजन सांगून त्यासाठी आज आलेल्या पाहुण्यांचा परिचय द्यावा. शक्यतो पाहुण्यांचे स्वागत हे प्रास्ताविकातच असावे. हार-गुच्छ या वेळेस दिलेलेच बरे. त्यामुळे ते

हार-गुच्छ टेबलावर ठेवले जातात. संपूर्ण कार्यक्रमास शोभा येते, नाहीतर ते कायम दृष्टिआड राहतात व व्याख्यान संपतानाच आभाराच्या वेळी दिले जातात. कार्यक्रमास अध्यक्षाचे नाव सुचविणे व त्याला अनुमोदन देणे, हे आता कालबाह्य झाले आहे. त्या कंटाळवाण्या प्रकारात वेळ घालवू नये.

■

सूत्रसंचालन : एक कला (Master of Ceremoney)

चांगला वक्ता होण्यासाठी ज्या लहान-लहान संधी उपलब्ध असतात त्यामध्ये प्रास्ताविक, ओळख याप्रमाणे कार्यक्रमाचे संचालन करणे हे होय. यासाठी संपूर्ण कार्यक्रमाचा तपशील कागदावर तयार ठेवावा लागतो. यामध्ये कोण बोलणार, हे संयोजक सांगतोच, पण अगदी थोडक्यात त्या व्यक्तीचे गुणवर्णनही तो करतो. लायन्स क्लब, रोटरी क्लब, जेसीज क्लब, तसेच मोठमोठे सत्कार समारंभ, अन्य कार्यक्रम या सर्वच ठिकाणी संचालन करणारी व्यक्ती असते. संयोजकाने कार्यक्रमास लोकांना जागेवर बसण्यास सांगण्यापासून कार्यक्रम संपेपर्यंत पूर्ण सूचना देत राहायचे असते.

व्यासपीठावर सतत काही घडते आहे ना, हे पाहायचे व मधेच वेळ जात असेल, तर तो काही माहितीने भरून काढायचा असतो. एखादे वेळी प्रमुख पाहुणे व अध्यक्ष एखाद्या विभागाचे उद्घाटन करीत आहेत, तो कक्ष कसा आहे, तो इतरांना पाहायला केव्हा मिळेल इ. माहिती देत राहायचे. हे न केल्यास लोकही उठून इतस्तत: जाण्याची शक्यता असते. सूत्रधाराने नर्मविनोद वापरावा. अमरावतीस एका लायन सदस्याने डॉ. यादगिरे यांचा परिचय करून देताना म्हटले, 'He is Appu of Lions Club (ते जरा लठ्ठ होते) because he is symbol of friendship and fraternity' म्हणजे त्यांच्या लठ्ठपणावर नर्मविनोद करून श्रोत्यांना हसतखेळत ठेवलेच; पण डॉ. यादगिरे यांच्या गुणांचेही वर्णन केले. अगदीच नवीन पाहुणा आला, तर मात्र त्याच्याबद्दलची विशेषणे सावधपणेच वापरलेली बरी. कार्यक्रमासाठी ठरलेल्या वेळेत कार्यक्रम सुरू होतो ना हेही या सूत्रधारानेच पाहायचे असते. जर कार्यक्रम लांबत असेल, तर त्याने स्वत:चे समालोचन अगदीच आवरते घेतले पाहिजे, पण वेळप्रसंगी आपल्या संस्थेतर्फे बोलणाऱ्यास वेळेची हसतमुखाने जाणीव करून दिली पाहिजे. समारंभाच्या अध्यक्षांची पूर्वी जी सभासंचालनाची कामे असत, ती हल्ली या 'मास्टर ऑफ सेरेमनी'कडे आली आहेत. मी जरी व्याख्यान शिकण्यातली एक पायरी म्हणून या सूत्रधाराचे काम सांगितले असले, तरी चांगला

सूत्रधार होण्यासाठी चांगल्या वक्त्याचे सर्व गुण आवश्यक असतात. सर्कशीतल्या विदूषकाला कसरतीचे प्रयोग येतातच. शिवाय तो मनोरंजन करतो, तद्वतच सभा-सूत्रधाराकडे वक्त्याचे गुण असतात; शिवाय अन्य वक्त्यांच्या गुणांचे रसग्रहणही तो आकर्षकपणे करतो.

सूत्रसंचालकांना मोठी मागणी

'जेथे कार्यक्रम, तेथे सूत्रसंचालन' अशी स्थिती सध्या निर्माण झालेली आहे मनुष्य हा समाजप्रिय प्राणी आहे. त्याला माणसात मिसळायला आवडते. माणसं भेटण्याचे हमखास ठिकाण म्हणजे विविध कार्यक्रम. पुण्यात रोज शंभरहून अधिक कार्यक्रम होत असतात. म्हणजे एवढे सूत्रसंचालक हवेत.

विविध प्रकारची व्याख्याने आयोजित होतात. वसंत व्याख्यानमाला, डीएसके गप्पा, पुणे विद्यापीठाच्या बहिशा:ल शिक्षण व्याख्यानमाला या दरवर्षी होत असतात. सर्व महापुरुषांची जयंती, पुण्यतिथी साजरी होत असते. गणेशोत्सव, शिवजयंती उत्सव, दत्तजयंती, स्वामी समर्थ प्रकटोत्सव, शिर्डींचे साईबाबा पालखी सोहळा, आषाढी कार्तिकी पंढरीवारी मेळा, महाशिवरात्र उत्सव अशा उत्सवांची मांदियाळी असते.

व्याख्यात्यांचे विषय चौफेर असतात. शिक्षण, आरोग्य, सामाजिक प्रश्न, धार्मिक उपदेश, उद्योजकता, व्यवहारज्ञान, क्रीडाप्रकार, साहित्य, चरित्र.

वर्षभर विविध प्रकारची संमेलने भरत असतात. अ. भा. मराठी साहित्य संमेलनात तीन दिवस पंचवीस-एक सूत्रसंचालन लागतात. नवोदितांचं कवी संमेलन तर दिवसभर चालते. त्या एकाच कार्यक्रमाला दहा तरी सूत्रसंचालक लागतात. अ. भा. साहित्य संमेलनात प्रत्यक्ष वक्ते म्हणून थोड्याच साहित्यिकांना संधी मिळते. त्यामुळे विभागीय संमेलने, गावोगावची एकदिवसीय साहित्य संमेलने यांचे आयोजन केले जात असते.

कवी संमेलन तर रोजच कोठे ना कोठे आयोजित केले जाते. विविध विषयांवरील परिसंवाद आयोजित होत असतात.

विविध क्षेत्रांत कर्तृत्व गाजविलेल्या लोकांचे सत्कार केले जात असतात. वाढदिवसाचेही समारंभ साजरे करण्याची पद्धत दिवसेंदिवस वाढत आहे. बाळाचा पहिल्या वर्षाचा वाढदिवस हॉटेलमधील हॉलमध्ये करतात. त्या वेळी विविध खेळ, जादूचे प्रयोग, गाणी ठेवतात. यासाठीही सूत्रसंचालक असतोच. वयाच्या पन्नाशीचा, एकसष्टीचा वाढदिवसही समारंभपूर्वक करतात. अमृतमहोत्सव, सहस्रचंद्रदर्शनसोहळा असेही समारंभ रोज चालले आहेत.

मोठ्या लोकांच्या लग्नसमारंभातही सूत्रसंचालक कोण महत्त्वाची मंडळी समारंभास

आलेली आहेत हे सांगत असतो. अन्य विधींचे धावते समालोचन करत असतो.

भूमिपूजन, सर्व प्रकारचे उद्घाटन समारंभ थाटाने होत असतात.

संगीताचे कार्यक्रम, गायन मैफिली, संगीत महोत्सव, मासिक संगीत सभा अशी संगीताची मेजवानीच रसिकांना मिळत असते. सर्व प्रकारच्या क्रीडा प्रकारांचे सामने भरत असतात. त्यांचे बक्षीस समारंभ होत असतात.

समारंभच समारंभ! कार्यक्रमच कार्यक्रम!

या साऱ्यांना सुयोग्य सूत्रसंचालक हवे असतात. या सूत्रसंचालकांसाठी किती मोठा वाव आहे हे पाहा. त्या लोकांपर्यंत पोहोचण्यासाठी स्वत:ची माहिती देणारे एक सुरेख पत्रक छापून घ्या. ते विविध संस्थांमध्ये द्या. हल्ली 'कोथरूड मित्र' सारखी काही वृत्तपत्रे मोफत वितरीत होतात. त्यामध्ये प्रामुख्याने छोट्या जाहिराती असतात. वाचक या जाहिराती आवडीने वाचतात. त्यामुळे अशी वृत्तपत्रेही लोकप्रिय होऊ लागली आहेत. त्यामध्ये छोटी जाहिरात द्या. जाहिरातीत तुमचा संपर्क क्रमांक द्या. भरपूर आमंत्रणे मिळतील. वत्त्याला जसे मानधन मिळते, तसे सुरुवातीस सूत्रसंचालकाला मिळाले नाही तरी आमंत्रण स्वीकारा. पूर्ण मोफत न जाता जाण्यायेण्याचा प्रवासखर्च व स्वेच्छेने थोडेफार मानधन देण्याची विनंती करा. आपला विश्वास पैशापेक्षा टर्नओव्हरवर हवा. सतत कार्यक्रम मिळाले पाहिजेत. मग तुमचे या क्षेत्रात नाव होईल. मग लोक तुमच्या नावाचा आग्रह धरतील. मग मानधन सांगणे सुरू करा; परंतु 'खाईन तर तुपाशी नाहीतर उपाशी' ही वृत्ती ठेवू नका. मानधनाबाबत लवचीकपणा पाळा.

गुणवत्ता हवी

जाहिरातीमुळे आमंत्रणे मिळाली. ती स्वीकारली. कार्यक्रम झाले. पण आपले सूत्रसंचालन प्रभावी झाले असेल तरच पुढची आमंत्रणे येणार.

'Satisfied Customer is real advertisement.'

समाधानी ग्राहक हीच खरी जाहिरात होय.

गुणवत्ता राखण्यासाठी ज्या कार्यक्रमाचे सूत्रसंचालन करावयाचे तो कार्यक्रम, आयोजक संस्था, व्यासपीठावर येणाऱ्या व्यक्ती यांच्यासंबंधीची अधिकाधिक माहिती गोळा करा. संस्थेसंबंधीचा अंक, वत्त्यांचा बायोडेटा मिळवा. शांतपणे त्याचे वाचन करून त्यातील भाग तुमच्या सूत्रसंचालन संहितेमध्ये वापरा. संस्थाप्रमुखांना कार्यक्रमापूर्वी भेटा. परिचयामुळे चांगली माहिती मिळते. कार्यक्रमपत्रिका मिळाल्यावर त्याप्रमाणे आपली संहिता तयार करणे सोपे जाते.

संहितेमध्ये फक्त मुद्दे लिहावेत. संपूर्ण लिखाण करू नये. संपूर्ण लिखाण वाचले जाते. ते श्रोत्यांना उत्स्फूर्त बोलण्याएवढे भावत नाही.

सूत्रसंचालकाचे काम हे कार्यक्रमपत्रिका ठरल्यावर निश्चित होते. कार्यक्रमपत्रिकेत प्रास्ताविक करणारी वेगळी व्यक्ती नसेल, तर ते काम सूत्रसंचालकाला करावे लागते. तीच गोष्ट आभारप्रदर्शनाची आहे. वेगळी व्यक्ती आभारप्रदर्शन करणार नसेल, तर ते गोड कामही सूत्रसंचालकाला करावे लागते.

अद्ययावत ज्ञान

बँकेच्या कार्यक्रमात सूत्रसंचालन करणाऱ्यास बँकेचे सध्याचे पदाधिकारी, शाखांची संख्या, ठेवी व कर्जांची रक्कम अशी अद्ययावत माहिती हवी. अंदाजपंचे किंवा चुकीचे बोलू नये. ज्या संस्थेचा कार्यक्रम आहे त्या संस्थेसंबंधीची प्रगती सांगणारी आकडेवारी श्रोत्यांना आवडते.

आपण मुख्य वक्ते नाही

सूत्रसंचालकाने कार्यक्रमपत्रिकेतील वक्त्यांचे महत्त्व ओळखून स्वत: कमी बोलले पाहिजे. सुंदर चित्राला चांगली किनार काढल्याने उठाव येतो. तसे आपले काम हवे. मोठ्या व्याख्यानाला आपल्या निवेदनाची छोटी किनार दिली, तरी कार्यक्रम खुलण्यास मदत होते.

उत्साह निर्माण करा

कार्यक्रमाच्या सुरुवातीस श्रोत्यांची दाद मिळावी यासाठी एका सूत्रसंचालकाने म्हटले —

'महको तो ऐसे महको की कलीको भी होश आ जाए
ताली ऐसी बजाओ, कलाकारोंको भी जोश आ जाए'

आणखी एका निवेदकाने कार्यक्रमाच्या सुरुवातीला वातावरणनिर्मितीसाठी म्हटले—

'घासल्याशिवाय तलवारीला धार येत नाही
टाळ्यांशिवाय कलाकाराला जोर येत नाही'

एका वक्त्याने छानशा आठवणी सांगितल्या, त्यावर निवेदक म्हणाला—

'अवचित होई खुले गाठोडे आठवणींचे'

या काव्यपंक्तीने आनंदात भर पडली.

अडचणींवर मात करत पुढे यशाची पायरी कशी चढलो हे वक्त्याने सांगितले. काही वेळा त्यांना प्रकल्प पूर्ण करताना इतका त्रास झाला की, तो सोडून द्यावा असे वाटले. तरीही सकारात्मक दृष्टिकोन ठेवून त्यांनी तो पूर्ण केला.

याचा सारांश निवेदकाने छान सांगितला —

'Pain is temparary. Pride is forever.

भविष्यकाळात आपल्याला यश प्राप्त होईल हा आशावाद निर्माण करताना तो म्हणाला—

Keep green tree in your heart
The singing bird will surely come.

खेळकर भाषाशैली

निवेदकाने फार रूक्ष बोलू नये. आपले निवेदन म्हणजे सोसायटीचा अहवाल वाचून दाखविणे नव्हे. त्यात शब्दलालित्य असावे. भाषा आनंददायी, खेळकर वाटावी.

संतसाहित्यावरील कार्यक्रमाच्या निवेदनात सूत्रसंचालकांनी पुढील शब्दांचा केलेला वापर श्रोत्यांना भावला.

श्री संत ज्ञानेश्वरांनी साऱ्यांना आपलेसे केले—

'जी सर्वांना गोवी ती ओवी.'

श्री संत तुकाराम महाराजांचे अभंग आजही समाजप्रबोधन करतात —

'जे कधीही भंग पावत नाहीत ते अभंग.'

पंढरीच्या वारीत वारकरी म्हणतो —

ग्यानबा तुकाराम, ग्यानबा तुकाराम.

हे म्हणताना तो दोन पावले पुढे जातो व एक पाऊल मागे येतो. आयुष्यात एक पाऊल मागे घेण्याची ज्याची तयारी असते, तोच खरा विशाल हृदयाचा असतो.

आत्मविश्वास हवा

आपण सूत्रसंचलनाबद्दल सर्व ज्ञान प्राप्त केले आहे. मेहनतीने माहिती संकलन केले आहे. त्यावरून संहितालेखन केले आहे. आता 'जमेल का नाही' ही भीती नको. आपल्याला निश्चित जमणार आहे. इथे तर सलग भाषणही द्यायचे नाही. अधूनमधूनच बोलायचंय. मधून विचार करायलाही वेळ मिळणार आहे. तेव्हा भिऊ नका. व्यासपीठावर आत्मविश्वासाने पाऊल टाका. आत्मविश्वास गमावणारे कोणतेही वाक्य उच्चारू नका. लक्षात ठेवा —

हृदयातील भावनांचे प्रतिबिंब चेहरारूपी तलावात दिसते.
ति कृतीरूपी किनाऱ्यावरून आत्मविश्वासाने पाहावे.

पाठांतराचा प्रभाव

निवेदकाने काव्यपंक्ती, श्लोक, सुविचार पाठ करावेत. योग्य त्या जागी ते वापरावेत. बँकेच्या कार्यक्रमात बचतीचे महत्त्व सांगताना मी समर्थ रामदासांच्या दासबोधातील पंक्ती सांगायचो—

मिळविती तितुके क्षभिती ।
ते कठीण काळी मरोन जाती ।
दीर्घ सूचनेने वर्तींती ।
तेची भले ॥

सर्वांवर प्रेम करावे हा संदेश देताना पुढील काव्यपंक्ती उपयुक्त ठरते.

खरा तो एकची धर्म । जगाला प्रेम अर्पावे
जगी जे हीन अतिपतित
जगी जे दीन पददलित
तया जाऊन उठवावे । जगाला प्रेम अर्पावे
प्रभूची लेकरे सारी
तयाला सर्वही प्यारी
कुणा ना तुच्छ लेखावे । जगाला प्रेम अर्पावे

समर्थबोध

दिसामाजी काही तरी ते लिहावे
प्रसंगी अखंडित वाचीत जावे
गुणश्रेष्ठ उपास्य त्यांचे करावे
बरे बोलणे सत्य जीवी धरावे ॥

प्रचीतीविणे बोलणे व्यर्थ वाया
विवेकेविणें सर्वही दंभ जाला
बहु सज्जला नेटका साज केला
विचाराविणे सर्वही व्यर्थ गेला ॥

वरी चांगला अंतरी गोड नाही
तया मानवाचे जिणें व्यर्थ पाही
वरी चांगला अंतरी गोड आहे
तयालागि कोणीतरी शोधिताहे ॥

शेरोशायरी

भाऊसाहेब पाटणकर शायरीचे महात्म्य सांगतात —

जिंदादिली काव्यात अपुल्या, पाह्यची होती मला
शायरी याच्याचसाठी, निर्मायची होती मला

शायरी ऐकून माझी, सांगेल जो आता पुरे
जो रतीला चुंबिताही, सांगेल की आता पुरे

काव्यपंक्ती

म्हणेल जगता बाळे माझी, उडती उंच आभाळी
याहुन काहो कोठे असते, धनदौलत ती न्यारी
तृप्तीने अन् आनंदाने, घेशील उंच भरारी
तिच्या ओठी असतील तेव्हा, फक्त आशीष भारी

सुविचार

गरुडाची आई मुलाला उडायला शिकविताना ढकलते -
Push was supreme act of love.

औषधे आणि मित्र दोघेही आपल्याला बरे करतात. विशेष म्हणजे मैत्रीला 'एक्स्पायरी डेट' नसते.

स्मितहास्याने प्रश्न सुटतात. गप्प राहण्याने टाळले जातात.

नाण्यांचा आवाज होतो. नोटांचा नाही. आपला आवाज कमी ठेवून मूल्य वाढवा.

एकाच विनोदावर पुन्हा हसत नाहीत. एक दु:ख मात्र पुन्हा पुन्हा उगाळत बसतात.

दु:ख हे प्रत्येकाच्याच वाट्याला येते. त्यातून कोणी सुटला नाही. दु:खाचे पक्षी आपल्या मनात फडफडत राहणारच. फक्त त्यांना घर करू देऊ नका!

माणसं जोडण्याची मंत्राक्षरी

डॉ. शिवराज गोर्ले यांनी सांगितले आहे —
सहा शब्द - माझी चूक झाली हे मान्य आहे.
पाच शब्द - हे तू फारच छान केलेस.
चार शब्द - तुझे मत काय आहे?
तीन शब्द - एवढे प्लीज करशील?
दोन शब्द - आभारी आहे.
एक शब्द - आपण.

विनोदाचा वापर

* मौज आणि सत्यकथा या दर्जेदार मासिकांचे संपादक श्री. पु. भागवत यांच्या विवाहाचे वेळी पु. ल. देशपांडे मित्रत्वाने त्यांना म्हणाले —
लग्न ही मौज नसून सत्यकथा आहे!

✶ स्वर्गात नवरा आणि बायको एकत्र राहत नाहीत म्हणे — म्हणूनच त्याला स्वर्ग म्हणतात!

✶ भगवानने पत्नी बनाते समय कहा की अच्छी और समझदार पत्नी दुनियाके हर कोने मे मिलेगी... और फिर भगवानने दुनिया गोल बना दी.

✶ love is like Bank Account. When you withdraw you lose your interest!

✶ एटीएम म्हणजे काय? असतील तर मिळतील!

✶ डॉक्टर हार्टपेशंटला स्वत:च्या पत्नीवर प्रेम करायला सांगतात. कारण - एक्साईटमेंट होण्याचा धोका नाही!

इंटरनेटवरील माहितीचा खजिना

तुम्हांला ज्या विषयासंबंधीचे सूत्रसंचालन करावयाचे आहे तो विषय इंटरनेटवर उपलब्ध आहे. गुगल, विकीपिडीया यांनी सर्व माहिती तिथे ठेवलेली आहे ती पाहा. तेथील ज्ञानाचा तुमच्या निवेदनात आवश्यक तेवढा उपयोग करा. त्यासंबंधीचे तंत्रज्ञान अवगत करा. हे फारसे कठीण नाही. एकदा का तुम्हांला ही कला अवगत झाली की, मग तुम्ही त्यात गुंगून जाल.

टीव्हीवर सूत्रसंचालन

आत्मविश्वासपूर्ण सूत्रसंचालन जमायला लागले की, आकाशवाणी व दूरदर्शनवरही तुम्ही जाऊ शकता. रेडिओवर एफ चॅनेल सुरू झाले आहेत. त्यांच्याकडे खुसखुशीत सूत्रसंचालन करणारे सातत्याने हवे असतात.

टीव्हीवर किती चॅनेल्स आहेत हे आपणास कळेपर्यंत नवे चॅनेल आलेले असते. त्यांचे कार्यक्रम दिवसरात्र चालू असतात. त्यांनाही सूत्रसंचालक मोठ्या प्रमाणात हवे असतात.

सूत्रसंचालक कमी दर्जाचा नाही

सूत्रसंचालक हा वक्त्यापेक्षा कमी दर्जाचा असतो असे मनात आणू नका. अत्यंत नावाजलेल्या वक्त्यांनीही सूत्रसंचालन केल्याची उदाहरणे आहेत. अ. भा. मराठी साहित्य संमेलनाचे अध्यक्ष प्राचार्य राम शेवाळकर हे हृदयनाथ मंगेशकर यांच्या भक्तिगीतांच्या कार्यक्रमाचे निवेदन करीत. तेव्हा दोन उत्कृष्ट कलाकृतींमध्ये निकोप स्पर्धा असल्याचे जाणवे. काही वेळा गप्पांपेक्षाही निवेदन अधिक प्रभावी वाटे. हे सामर्थ्य आहे निवेदनाचे!

संधी गमावू नका

सूत्रसंचालन करण्याची संधी सोडू नका. त्यामुळे व्यासपीठावर जाऊन बोलण्याचा श्रीगणेश होणार आहे. 'सूत्रसंचालनाचे काम मी चांगल्या पद्धतीने करेन,' असे संयोजकांना आत्मविश्वासपूर्वक सांगा. काम स्वीकारा.

त्वरेने कामाला लागा. कार्यक्रमपत्रिका वाचा. त्यातील सर्व गोष्टी सुसंगत आहेत ना पाहा. त्यात बदल करावा वाटत असेल, तर संयोजकांना नम्रतेने सूचवा. त्यांच्या निर्णयाप्रमाणेच कार्यक्रम ठेवा.

कार्यक्रमाच्या संबंधीत लोकांची माहिती मिळवा. ती वाचून महत्त्वाच्या मुद्द्यांची तुमच्या संहितेमध्ये नोंद घ्या.

कष्टाची तयारी ठेवा

आपलं सूत्रसंचालन खूपच चांगलं झालं पाहिजे याची मनाला सूचना द्या. त्या प्रेरणेने आपण भरपूर कष्ट करण्याची तयारी ठेवतो. सुप्रसिद्ध साहित्यिक पु. ल. देशपांडे यांच्या स्मृतीदिनाच्या कार्यक्रमात मला सूत्रसंचालन करावयाचे होते. त्या वेळी कार्यक्रमास सुरुवात करताना मी पुलंच्या एका गाण्याने कार्यक्रम सुरू करण्याचे ठरविले. त्यांच्या आवाजातील 'बाई या पावसात' ही ध्वनीफीत लावली. त्यामुळे या कार्यक्रमाची उंची वाढली. पण योग्य ती ध्वनीफीत मिळविण्यासाठी करावी लागणारी धावपळ केली. कष्टाची तयारी ठेवली.

मोठ्या व्यक्तीसंबंधी कार्यक्रम असेल, तर त्यांच्या एकसष्टीनिमित्त प्रसिद्ध झालेला अंक मिळवला, तर भरपूर माहिती मिळते. सुप्रसिद्ध साहित्यिक गो. नी. दांडेकर यांच्यावरील कार्यक्रमाच्या वेळी मी त्यांच्या एकसष्टीच्या वेळचा अंक मॅजेस्टिक प्रकाशनाकडे जाऊन मिळविला.

चौफेर वाचन करा

सूत्रसंचालकाला वाचनाची आवड हवी. वाचनात ज्ञान वाढते. मनोरंजन करण्यासाठी कथा मिळतात. स्फूर्ती देण्यासाठी उदाहरणे प्राप्त होतात. सुधा मूर्ती यांच 'गोष्टी माणसांच्या' वाचल्यावर त्यांना भेटलेल्या माणसांचे अनुभव आपल्याला समजतात. वाचनाद्वारे एकाच जन्मात आपण अनेक जन्मांचे अनुभव कल्पनेनं अनुभवू शकतो. हल्ली मी गाजलेच्या १० साहित्यसंमेलाध्यक्षांचा अभ्यास केला. तेव्हा माझ्या लक्षात आले की, त्यांनी रामायण, महाभारत, भागवत हे ग्रंथ बारकाईने वाचले होते. त्यामुळे त्यांना मनुष्यस्वभाव समजायला चांगली मदत झाली होती. आता आम्हाला रामायण महाभारत टीव्हीवर दिसते. केव्हातरी त्यासंबंधी थोडेफार वाचलेले असते. त्यामुळे आपल्याला हे ग्रंथ माहिती आहेत, असा आपला

समज झालेला असतो. तेव्हा ते पुन्हा एकदा पूर्णपणे वाचण्याचा गृहपाठ केला, तर ती दीर्घकालीन वैचारीक धनाची गुंतवणूक होईल.

माहिती मिळणारं सारं वाचायचं. निरंजन घाटे यांचं 'शास्त्रज्ञांचे जग' वाचा. शंभरावर शास्त्रज्ञांची धावती ओळख करून देणार हे महत्त्वपूर्ण संकलन आहे. विवेकने आधुनिक महाराष्ट्राची जडणघडण सांगणारा चरित्रकोश प्रसिद्ध केला आहे. गेल्या दोनशे वर्षांतील ५००० व्यक्तिमत्त्वांची ओळख त्यातून वाचकांना होते. पहिला खंड इतिहासाचा तर दुसरा खंड साहित्य हा आहे. सूत्रसंचालकानं हे खंड संदर्भग्रंथ म्हणून जरूर वाचावे.

वेधकता

श्रोत्यांना आकर्षित करेल असे निवेदन करा. आपला आवाज स्वच्छ येतोय ना, इकडे लक्ष द्या. शब्दोच्चार निर्दोष असू दे. मराठी बोलताना उगीच जास्त इंग्रजी शब्द वापरू नका. पण त्याच वेळी अवघड मराठी शब्द वापरू नका. श्रोत्यांना सहज समजणारा एखादा इंग्रजी शब्द बोलण्यात आला तरी चालेल.

आवाज मोकळा ठेवा. प्रत्येकाची बोलण्याची एक सहजसुंदर धाटणी असते. ती वापरल्याने कृत्रिमता येत नाही. भाषाशैली ही सुद्धा स्वाभाविक ठेवा. 'एका काय झालं' असं म्हटलं की, श्रोत्यांनी कान टवकारलेच म्हणून समजा. कारण हे दुसऱ्याच्या घरात घडत असतं! तेव्हा ऐकायला मजाच येणार! यासाठी उदाहरण वापरायला विसरू नका. आपल्या सूत्रसंचालनाची संहिता आपण आधीच तयार केली असली तरी कार्यक्रम चालू असताना आधीच्या वक्त्याच्या भाषणावर मार्मिक टिपणणी करावी. समारंभातील वातावरणाचा उल्लेख करावा. यासाठी समयसूचकता हवी. प्रसंगावधान राखावे लागते. पु. ल. देशपांडे गोव्याला व्याख्यानाला गेले होते व भाषण सुरू करणार तोच वीज गेली. मग संयोजकांनी धावपळ करून वेगळी व्यवस्था केली व पु.ल. बोलायला उभे राहिले तेव्हा ते म्हणाले – 'लाईट गेलेली असताना हा वक्ता काय उजेड पाडतोय हे पाहण्यासाठी हा प्रकार केलेला दिसतोय.'

'वेधकता' हा सूत्रसंचालनाचा प्राण होय.

इतकं चांगलं सूत्रसंचालन केल्यामुळं तुम्हाला आता सूत्रसंचालनाची भरपूर आमंत्रणे येणारच, त्याशिवाय वक्ता म्हणूनही तुम्हाला बोलावणार. सूत्रसंचालन ही पदवी परीक्षा असेल, तर वक्ता ही पदव्युत्तर परीक्षा होय.

आभारप्रदर्शन

गाणे जसे भैरवीने संपते, तसे व्याख्यान हे आभारप्रदर्शनाने! आलेल्या पाहुण्यांचे आभार मानावेत व त्यांनी काही अपेक्षा व्यक्त केल्या असतील, तर त्यासंदर्भात

अगदी थोडक्यात सांगावे.

सातारला अद्वैत रंगभूमीच्या एका कार्यक्रमात श्री. दत्ता भट, नट व श्री. राजाराम शिंदे, नाट्यनिर्माता संघाचे अध्यक्ष आले होते. साताऱ्याला शाहू कला मंदिर हे एकमेव नाट्यगृह होते. ते बंदिस्त नव्हते. काही लोक चोरून म्हणजे तिकीट न काढता नाटकाला जात. याचा उल्लेख वरील दोन्ही मान्यवरांनी व्याख्यानात केला. मी आभारप्रदर्शनाला उभा राहिलो व म्हणालो, 'नाट्यसंस्थेचा सभासद असलो, तरी अभिनय न करता खरे तेच सांगणार आहे. पु.लं.चा अंतू बर्वा 'सिंधू कसली, अहो सिंधुदुर्ग आहे नुसता' असे म्हणून अध्या दरात नाटक पाहायला सोडता काय असे तरी विचारतो. पण आमच्या सातारचे काही जण गनिमी काव्याने तिकीट न काढताच आत घुसतात, तेव्हा मी सर्वांच्या वतीने आजच्या पाहुण्यांना आश्वासन देतो की, यापुढे आम्ही सर्व जण तिकीट काढूनच नाटक पाहू'. या वाक्यावर दत्ता भट व राजाराम शिंदे यांनी व सर्वांनीच टाळ्या दिल्या.

आधीचे वक्ते काय बोलले याचे मोजक्या वाक्यांत रसग्रहण करावे, पण ते बोललेले सर्वच सांगण्याचा खटाटोप करू नये. स्वागताच्या वेळी गुच्छ दिला नसेल व आता द्यावयाचा असेल, तर तो आठवणीने देण्याची विनंती अध्यक्षांना करावी. कार्यक्रमाच्या यशस्वीतेत ज्यांचे सहकार्य लाभले, त्यांचा उल्लेख जरूर करावा. वेगळा सूत्रधार नसेल, तर आभारप्रदर्शनानंतर काय आहे ते सांगावे. राष्ट्रगीत असल्यास ते वैयक्तिक कोणी म्हणणार, की सामूहिक म्हणणार तेही सांगावे. ज्याला चांगल्या रीतीने राष्ट्रगीत म्हणता येते, अशा व्यक्तीला ध्वनिवर्धकापुढे ते म्हणण्यासाठी उभे करावे. त्याच्या सुरात सूर मिसळून सर्व श्रोत्यांनी राष्ट्रगीत म्हटले, म्हणजे ओळी पुढेमागे होण्याचा संभव नाही. राष्ट्रगीतानंतर चहापान आहे किंवा कार्यक्रम संपला आहे हेही जाहीर करावे.

आभारप्रदर्शन हे कार्यक्रमाचा समारोप करतानाचे मनोगत आहे. ते पुन्हा एक स्वतंत्र भाषण नव्हे. व्याख्यानाच्या विषयाबद्दल कितीही विपुल ज्ञानाचा साठा आभार मानणाऱ्या व्यक्तीकडे असला, तरी त्याने तो येथे वापरायचा नाही. काहींना माईकपुढे गेल्यावर लवकर बाजूला जावे असे वाटतच नाही. आधी झालेल्या सुंदर व्याख्यानाचा परिणाम अशा नंतरच्या रटाळ व लांबलचक आभारप्रदर्शनामुळे नाहीसा होऊ शकतो. ज्या व्यक्तींचे खरोखरच कार्यक्रमास साहाय्य झाले आहे त्यांचे आभार मानावेत, पण पैसे देऊन ध्वनिवर्धक आणला असल्यास त्या लाऊडस्पीकरवाल्याचेही आभार मानत बसण्याचे कारण नाही. मुख्य भाषणाच्या लांबीची जाण ठेवून त्याला साजेसे आटोपशीर आभारप्रदर्शन असावे. सर्वांत महत्त्वाचे म्हणजे आभार मानणाऱ्याने अगदी कायम लक्षात ठेवावे की, 'आपले व्याख्यान ऐकायला लोक आलेले नसतात.' झालेल्या कार्यक्रमाचे मोजक्या वाक्यांत

रसग्रहण व उपस्थितांबद्दल कृतज्ञता व्यक्त झाली म्हणजे पुरे.

शुभस्य शीघ्रम्

वक्तृत्व ही कला शिकण्याचे आपण ठरवले आहे. कलेची आराधना ही शुभ घटना आहे, तेव्हा आता वेळ घालवायचा नाही. वाचन वाढवायचे, विविध व्याख्यानांना जायचे. साहित्यिक पु. ल. देशपांडे, प्राचार्य शिवाजीराव भोसले, प्राचार्य राम शेवाळकर, माधव गडकरी, विद्याधर गोखले, बाळासाहेब भारदे अशा दिग्गजांच्या व्याख्यानांचा लाभ आपण घेतला आहे. आताही बाबासाहेब पुरंदरे, प्रा. शरद वाघ अशा वक्त्यांची व्याख्याने कधीही चुकवू नका. व्याख्यानांमध्ये आवडलेल्या घटनांची नोंद ठेवायची. व्याख्यानाची संधी मिळताच हो म्हणायचे. ओळख करून देणे असो, आभारप्रदर्शन असो किंवा सभासंचालन असो, अशा छोट्या सुरुवातीनेच आपले मोठे काम होणार आहे. आता व्याख्यानाला नकार द्यायचा नाही. इतर सबबी पुढे करून आपण इतके दिवस टाळाटाळ केली; पण आता भ्यायचे नाही. कोणीही विचारले, पाहुण्यांची ओळख करून देणार का? तर हो म्हणायचे. आभार मानणार का? हो म्हणायचे. सुरुवात करायची. पुढे-पुढे अनुभवांती असे लक्षात येते की, व्याख्यानाच्या वेळी पुढे लोक आहेत म्हटल्यावर चांगल्यात चांगली उदाहरणे आपण वापरायला लागतो. तेव्हा खरी एकाग्रता होते. तेव्हा चला, आता आपण वक्ता व्हायचेच. संधी घ्यायचीच. कुणीतरी म्हटलेय, Opportunities are never lost, they are taken by others'. तेव्हा ती संधी दुसऱ्यास द्यायची नाही. पहिली संधी येईपर्यंत वाट पाहायचे कारण नाही. स्वत:च एखादे तीन मिनिटांचे भाषण तयार करा. निवडलेल्या विषयावर चिंतन करा. अभ्यास करा. मग सुरुवातीस एक चांगले उदाहरण, विषय खुलवणारे एक-दोन मुद्दे व समारोपाचे आणखी एक उदाहरण. या भाषणाची रंगीत तालीम करा व घरातल्या लोकांनाच ते ऐकवा. उभे राहून बोलणे या अनुभवाची प्रचिती घ्या. मग वाटेल, अरेच्या, हे वाटत होते तितके अवघड नाही हं! मग तुम्हांलाच व्याख्यानाची गोडी निर्माण होईल. लोकांपुढे उभे राहण्यातली भीती नाहीशी होईल. व्याख्यानात कुठे कसा प्रतिसाद मिळतो, हे लक्षात येऊ लागेल. सरावाने चांगले वक्ते व्हालच व्हाल.

आता यशोमंदिर दूर नाही

'भावी पत्नीबद्दल तुझ्या काय अपेक्षा आहेत?' वडिलांनी मुलाचे लग्न

ठरविण्याच्या दृष्टीने मुलाला विचारले.

'ती दिसायला अतिशय सुंदर असावी.'

'आणि काही?'

'दुसरे म्हणजे ती बुद्धिमान असावी.'

'आणि काही?'

'तिसरी व शेवटची अट म्हणजे तिला उत्कृष्ट स्वयंपाक करता आला पाहिजे.'

'मग तुला तीन मुलींशी लग्नं करायला हवीत', वडील म्हणाले.

चांगल्या व्याख्यानाचेही असेच आहे. त्यासाठी विचार प्रभावी हवेत, सुरुवात आकर्षक हवी, आवाजात चढउतार हवेत, अभिनय सुरेख झाला पाहिजे, विषय मांडण्याची तळमळ हवी, उदाहरणांची सुरेख पेरणी हवी, एका मुद्द्यानंतर दुसरा असे सलग मुद्दे आले पाहिजेत, भाषाशैली सुरेख हवी, समारोप परिणामकारक असावा, इ.इ. मग हे सगळे जमले, तरच भाषण जमणार!

वर उल्लेखिलेल्या उदाहरणांत मुलीबद्दल अपेक्षा वेगळ्या व प्रत्यक्षात काही गुणांत ती डावी-उजवी असणारच ना! तसेच प्रभावी वक्तृत्वासाठी काय काय हवे हे सगळे आपण जाणून घेतले. ते सर्वच सुरुवातीस, सर्वांनाच कसे जमणार? तशी अपेक्षाही नाही; पण त्या सर्वांचा अभ्यास करून ते गुण आत्मसात करण्याचा जरूर प्रयत्न करायचाच. व्याख्यानाचे तंत्र व मंत्र यांचा वापर करीत वाटचाल करायची. त्यातला एक-एक पैलू तुमच्या व्याख्यानात दिसू लागेल, तसतसे तुमचे व्याख्यान खुलत जाईल व लवकरच तुम्ही यशोमंदिर गाठाल.

तुम्हांला व्याख्यानाला आमंत्रित केलेय. तुम्ही आनंदाने आमंत्रण स्वीकारलेय. व्याख्यानाची उत्कृष्ट तयारी केलीय. व्याख्यानाचा दिवस उजाडला. चांगला पोषाख करून व्याख्यानस्थळी आलात. संयोजकांनी आपणास भाषणाची विनंती केली. आपण आत्मविश्वासाने ध्वनिवर्धकापुढे उभे राहिलात. पहिलेच वाक्य दमदारपणे फेकलेत. आकर्षक सुरुवातीनेच साऱ्यांना आकृष्ट करून घेतलेत. आपले विचार सोदाहरण पटवून दिलेत. व्याख्यानात मधूनच प्रभावी वाक्यांनी टाळ्यांची दाद मिळतेय, खुसखुशीत विनोदावर हास्याची कारंजी उडताहेत. छायाचित्रकार तुमचे व श्रोतृवृंदाचे फोटो काढताहेत. तुम्ही प्रभावी समारोप करून स्थानापन्न झाल्यावर सभागृहात टाळ्यांचा कडकडाट होतो आहे. तुम्ही विजयी मुद्रेने त्याचा स्वीकार करीत आहात. वृत्तपत्रांतून तुमचे फोटो व व्याख्यान छापून आले आहे. ते तुम्ही आनंदाने वाचीत आहात.

हे दृश्य आता लांब नाही. तो क्षण तुमच्या आयुष्यात आता अगदी समीप आलाय.

ऑल द बेस्ट! गुड लक!!